ग्रेट इंडियन सोशल रिफॉर्मर मराठी

मनोज डोळे

D9900063

भारताचे समाजसुधारक. कोणताही समाज विविध आणि विविध प्रकारच्या व्यक्तींचा बनलेला असतो; इतर धर्म, भिन्न जाती, भिन्न रंग, भिन्न लिंग, भिन्न श्रद्धा इत्यादि व्यक्ती. आणि त्यांनी सर्वांनी एकोप्याने आणि भेदभाव न करता जगावे अशी अपेक्षा आहे; समाजातील सर्व घटकांमध्ये समता, स्वातंत्र्य आणि बंधुता असते तेव्हा आदर्श परिस्थिती असते.

तथापि, जगभरातील मानवी समाजात असे दिसून येते की तेथे विविध प्रकारच्या शोषणात्मक प्रथा प्रचलित आहेत; या प्रथा शक्ती, अधिकार आणि श्रेष्ठत्वाच्या मानवी लोभामुळे उद्भवल्या; जसे की तथाकथित उच्च जातीचे लोक तथाकथित खालच्या जातीतील व्यक्तींचे शोषण करतील; एक पांढरा एक काळा वापरेल; पुरुष स्त्रियांवर वर्चस्व गाजवू इच्छितात; एका धर्माला मानणारा इतर धर्माचा दर्जा कमी करेल, इ.

या भेदभावपूर्ण आणि शोषणात्मक प्रथा दीर्घकाळात सामाजिक दुष्कृत्यांचे रूप धारण करतात आणि कोणत्याही सुसंस्कृत समाजाच्या चेहऱ्यावर डाग बनतात. प्रत्येक देशाच्या इतिहासात असंख्य तेजस्वी व्यक्ती आहेत ज्यांनी समाजातील दबलेल्या लोकांच्या प्रगतीसाठी आणि उन्नतीसाठी कार्य केले आहे; त्यांच्या प्रयत्नांमुळे वंशवाद, सती प्रथा इत्यादी अनेक सामाजिक दुष्कृत्ये नष्ट करणे शक्य झाले.

या पुस्तकात आपण भारतातील विविध महान समाजसुधारकांच्या जीवनाचा आणि कार्यांचा अभ्यास करू; सामाजिक वाईट म्हणजे काय, त्याची कारणे, समाजसुधारक कोण, इत्यादी समजून घेण्याचा प्रयत्न करू.

समाजसुधारक कोण? अशी व्यक्ती जी मानवतेची आणि मानवजातीची इतर कोणत्याही गोष्टीपेक्षा चिंतित आहे; एखादी

व्यक्ती जी सध्याची स्थिती चांगल्यासाठी बदलू इच्छित आहे; ज्या व्यक्तीकडे प्रबुद्ध विचार प्रक्रिया आहे; एक व्यक्ती जी दुर्बल लोकांचे दुःख सहन करू शकत नाही; आणि सर्वात महत्त्वाचे म्हणजे, ज्या व्यक्तीने त्याच्यावर दिलेल्या कर्तव्यावर विश्वास ठेवला, त्याने पृथ्वीला त्याच्यापेक्षा चांगले स्थान म्हणून सोडले. समाजसुधारक हा एक सामान्य माणूस आहे ज्याला असाधारण मार्गांनी मानवतेची सेवा करायची आहे.

आपल्या प्रदीर्घ इतिहासात, भारताला अनेक असाधारण मानव लाभले ज्यांनी आपले सर्व आयुष्य समाजाच्या उन्नतीसाठी आणि दीनांच्या उन्नतीसाठी समर्पित केले.

आम्ही या असामान्य स्त्री-पुरुषांच्या जीवनाचा आणि कार्याचा आढावा घेऊ आणि आजचा भारत घडवण्यासाठी त्यांच्या प्रयत्नांची प्रशंसा करू.

अनुक्रमणिका

1

बी. आर. आंबेडकर

बी. आर. आंबेडकर

Social Reformers

Scan for Story Videos - www.itibook.com

भीमराव रामजी आंबेडकर (१४ एप्रिल १८९१ - ६ डिसेंबर १९५६) हे भारतीय न्यायशास्त्रज्ञ, अर्थशास्त्रज्ञ, समाजसुधारक आणि राजकीय नेते होते ज्यांनी संविधान सभा वादातून भारतीय राज्यघटनेचा मसुदा तयार करणाऱ्या समितीचे नेतृत्व केले होते, त्यांनी पहिल्या मंत्रिमंडळात कायदा व न्याय मंत्री म्हणून काम केले होते. जवाहरलाल नेहरू यांनी हिंदू धर्माचा त्याग केल्यानंतर दलित बौद्ध चळवळीला प्रेरणा दिली.

आंबेडकरांनी एल्फिन्स्टन कॉलेज, बॉम्बे विद्यापीठातून पदवी प्राप्त केली आणि कोलंबिया विद्यापीठ आणि लंडन स्कूल ऑफ इकॉनॉमिक्समध्ये अर्थशास्त्राचा अभ्यास केला, अनुक्रमे 1927 आणि 1923 मध्ये डॉक्टरेट प्राप्त केली आणि 1920 च्या दशकात कोणत्याही संस्थेत असे केलेल्या काही भारतीय विद्यार्थ्यांपैकी ते होते. ग्रेज इन, लंडन येथे त्यांनी कायद्याचे प्रशिक्षणही घेतले. त्याच्या सुरुवातीच्या कारकिर्दीत, ते एक अर्थशास्त्रज्ञ, प्राध्यापक आणि वकील होते. त्यांचे नंतरचे जीवन त्यांच्या राजकीय क्रियाकलापांनी चिन्हांकित केले; भारताच्या स्वातंत्र्यासाठी मोहीम आणि वाटाघाटी, जर्नल्स प्रकाशित

करणे, दलितांसाठी राजकीय हक्क आणि सामाजिक स्वातंत्र्याची वकिली करणे आणि भारताच्या राज्याच्या स्थापनेत महत्त्वपूर्ण योगदान देणे यात त्यांचा सहभाग होता. 1956 मध्ये त्यांनी दलितांचे सामूहिक धर्मांतर सुरू करून बौद्ध धर्म स्वीकारला.

1990 मध्ये, भारतरत्न हा भारताचा सर्वोच्च नागरी पुरस्कार आंबेडकरांना मरणोत्तर बहाल करण्यात आला. अनुयायांनी वापरलेले जय भीम (अर्थात "जय भीम") हे अभिवादन त्यांचा सन्मान करते. त्यांचा उल्लेख आदरणीय बाबासाहेबांनीही केला आहे

आंबेडकरांचा जन्म 14 एप्रिल 1891 रोजी महू (आता अधिकृतपणे डॉ. आंबेडकर नगर म्हणून ओळखला जातो) (आता मध्य प्रदेशात) शहर आणि लष्करी छावणी येथे झाला. सुभेदार पदावर असलेले सैन्य अधिकारी रामजी मालोजी सकपाळ आणि लक्ष्मण मुरबाडकर यांची कन्या भीमाबाई सकपाळ यांचे ते 14 वे आणि शेवटचे अपत्य होते. त्यांचे कुटुंब आधुनिक महाराष्ट्रातील रत्नागिरी जिल्ह्यातील अंबाडवे (मंडणगड तालुका) या गावातील मराठी पार्श्वभूमीचे होते. आंबेडकरांचा जन्म एका महार (दलित) जातीत झाला होता, ज्यांना अस्पृश्य मानले जात होते आणि सामाजिक-आर्थिक भेदभाव केला जात होता. आंबेडकरांच्या पूर्वजांनी ब्रिटीश ईस्ट इंडिया कंपनीच्या सैन्यात दीर्घकाळ काम केले होते आणि त्यांच्या वडिलांनी महू कॅन्टोन्मेंटमध्ये ब्रिटिश भारतीय सैन्यात काम केले होते. जरी ते शाळेत गेले असले तरी आंबेडकर आणि इतर अस्पृश्य मुलांना वेगळे केले गेले आणि त्यांना शिक्षकांनी फारसे लक्ष दिले किंवा मदत दिली नाही. त्यांना वर्गात बसू दिले नाही. जेव्हा त्यांना पाणी पिण्याची गरज होती, तेव्हा उच्च जातीतील कोणीतरी ते पाणी उंचावरून ओतायचे कारण त्यांना पाण्याला किंवा त्यात असलेल्या भांड्याला स्पर्श करण्याची परवानगी नव्हती. हे काम साधारणतः तरुण आंबेकरांसाठी शाळेतील शिपायाकडून पार पाडले जायचे आणि शिपाई उपलब्ध नसेल तर त्याला पाण्याविना जावे लागे; त्यांनी नंतरच्या त्यांच्या लेखनात परिस्थितीचे वर्णन "नो शिपाय, नो वॉटर" असे केले. त्याला एका गोणीवर बसणे आवश्यक होते जे त्याला त्याच्यासोबत घरी घेऊन जायचे होते.

1894 मध्ये रामजी सकपाळ सेवानिवृत्त झाले आणि दोन वर्षांनी हे कुटुंब साताऱ्याला गेले. त्यांच्या या हालचालीनंतर काही वेळातच आंबेडकरांच्या आईचे निधन झाले. मुलांचा सांभाळ त्यांच्या मावशीने केला आणि ते कठीण परिस्थितीत जगले. आंबेडकरांचे तीन मुलगे - बाळाराम, आनंदराव आणि भीमराव - आणि दोन मुली - मंजुळा आणि तुळसा - त्यांच्यापासून वाचले. त्यांच्या भाऊ आणि बहिणींपैकी फक्त आंबेडकरांनीच त्यांची परीक्षा उत्तीर्ण केली आणि हायस्कूलमध्ये गेले. त्यांचे मूळ आडनाव सकपाळ होते परंतु त्यांच्या वडिलांनी त्यांचे नाव शाळेत अंबाडवेकर म्हणून नोंदवले होते, याचा अर्थ ते रत्नागिरी जिल्ह्यातील त्यांच्या मूळ गावी 'अंबाडवे' आले होते. त्यांचे मराठी ब्राह्मण शिक्षक कृष्णाजी केशव आंबेडकर यांनी शाळेतील नोंदींमध्ये त्यांचे आडनाव 'अंबाडवेकर' वरून बदलून स्वतःचे आडनाव 'आंबेडकर' असे ठेवले.

1897 मध्ये, आंबेडकरांचे कुटुंब मुंबईला गेले जेथे आंबेडकर एल्फिन्स्टन हायस्कूलमध्ये दाखल झालेले एकमेव अस्पृश्य बनले. 1906 मध्ये, जेव्हा ते 15 वर्षांचे होते, तेव्हा त्यांनी रमाबाई या नऊ वर्षांच्या मुलीशी लग्न केले. त्यावेळच्या प्रचलित रीतीरिवाजांनुसार सामना या जोडप्याच्या पालकांनी आयोजित केला होता.

बॉम्बे विद्यापीठात अभ्यास

1907 मध्ये, त्यांनी मॅट्रिकची परीक्षा उत्तीर्ण केली आणि पुढील वर्षी त्यांनी मुंबई विद्यापीठाशी संलग्न असलेल्या एल्फिन्स्टन कॉलेजमध्ये प्रवेश केला, त्यांच्या मते, असे करणारा त्यांच्या महार जातीतील पहिला ठरला. जेव्हा त्याने इंग्रजी चौथी इयत्तेची परीक्षा उत्तीर्ण केली, तेव्हा त्याच्या समुदायातील लोकांना आनंद साजरा करायचा होता कारण त्यांना असे वाटले की तो "उत्कृष्ट उंची" गाठला आहे, जो तो म्हणतो की "इतर समुदायातील शिक्षणाच्या स्थितीच्या तुलनेत हा प्रसंग फारसा कमी आहे". त्यांचे यश साजरे करण्यासाठी समाजाने एक सार्वजनिक समारंभ आयोजित केला होता आणि याच प्रसंगी त्यांना दादा केळुसकर, लेखक आणि कौटुंबिक मित्र यांनी बुद्धाचे चरित्र सादर केले होते.

1912 पर्यंत, त्यांनी बॉम्बे विद्यापीठातून अर्थशास्त्र आणि राज्यशास्त्र या विषयात पदवी मिळवली आणि बडोदा राज्य सरकारमध्ये नोकरी करण्याची तयारी केली. त्यांच्या पत्नीने नुकतेच त्यांचे तरुण कुटुंब हलवले आणि काम सुरू केले जेव्हा त्यांना 2 फेब्रुवारी 1913 रोजी त्यांचे आजारी वडिलांना भेटण्यासाठी मुंबईला परतावे लागले.

1913 मध्ये, वयाच्या 22 व्या वर्षी, सयाजीराव गायकवाड तिसरे (बडोद्याचे गायकवाड) यांनी स्थापन केलेल्या योजनेंतर्गत आंबेडकरांना प्रति महिना £11.50 (स्टर्लिंग) ची बडोदा राज्य शिष्यवृत्ती प्रदान करण्यात आली. न्यूयॉर्क शहरातील कोलंबिया विद्यापीठ. तिथे आल्यावर लगेचच तो लिव्हिंगस्टन हॉलमधील खोल्यांमध्ये नवल भाथेना या पारशीसोबत स्थायिक झाला, जो आयुष्यभराचा मित्र होता. त्यांनी जून 1915 मध्ये एमएची परीक्षा उत्तीर्ण केली, त्यांनी अर्थशास्त्र आणि समाजशास्त्र, इतिहास, तत्त्वज्ञान आणि मानववंशशास्त्र या विषयांमध्ये प्रमुख केले. त्यांनी प्राचीन भारतीय वाणिज्य हा प्रबंध सादर केला. आंबेडकरांवर जॉन ड्यूई आणि लोकशाहीवरील त्यांच्या कार्याचा प्रभाव होता.

1916 मध्ये, त्यांनी त्यांचा दुसरा मास्टरचा प्रबंध, नॅशनल डिव्हिडंड ऑफ इंडिया - ए हिस्टोरिक अँड ॲनॅलिटिकल स्टडी, दुसऱ्या एमए साठी पूर्ण केला, 9 मे रोजी त्यांनी भारतातील जाती: त्यांची यंत्रणा, उत्पत्ती आणि विकास आयोजित एका चर्चासत्रापूर्वी पेपर सादर केला. मानववंशशास्त्रज्ञ अलेक्झांडर गोल्डनवेझर यांनी. आंबेडकरांनी पीएच.डी. 1927 मध्ये कोलंबिया येथे अर्थशास्त्राची पदवी.

ऑक्टोबर 1916 मध्ये, त्यांनी ग्रेज इन येथे बार कोर्ससाठी प्रवेश घेतला आणि त्याच वेळी लंडन स्कूल ऑफ इकॉनॉमिक्समध्ये प्रवेश घेतला जेथे त्यांनी डॉक्टरेट थीसिसवर काम करण्यास सुरुवात केली. जून 1917 मध्ये ते भारतात परतले कारण त्यांची बडोद्यातील शिष्यवृत्ती संपली होती. त्याचा पुस्तक संग्रह तो ज्या जहाजावर होता त्याहून वेगळ्या जहाजावर पाठवण्यात आला आणि ते जहाज एका जर्मन पाणबुडीने टॉर्पेडो करून बुडवले. 32 चार वर्षांत प्रबंध सादर

करण्यासाठी त्यांना लंडनला परतण्याची परवानगी मिळाली. पहिल्या संधीवर ते परत आले आणि १९२१ मध्ये त्यांनी पदव्युत्तर पदवी पूर्ण केली . त्यांचा प्रबंध "रुपयाची समस्या: त्याचे मूळ आणि त्याचे निराकरण" या विषयावर होता. 35 1923 मध्ये त्यांनी डी.एस्सी. अर्थशास्त्रात जे लंडन विद्यापीठाने दिले होते आणि त्याच वर्षी त्यांना ग्रेज इनने बारमध्ये बोलावले होते. 13

अस्पृश्यतेला विरोध

आंबेडकर 1922 मध्ये बॅरिस्टर होते

आंबेडकरांना बडोदा संस्थानाने शिक्षण दिले होते, म्हणून ते त्याची सेवा करण्यास बांधील होते. त्यांची गायकवाड यांच्या लष्करी सचिवपदी नियुक्ती करण्यात आली होती परंतु त्यांना अल्पावधीतच पद सोडावे लागले. त्यांनी या घटनेचे वर्णन त्यांच्या आत्मचरित्र, वेटिंग फॉर अ व्हिसामध्ये केले आहे. त्यानंतर, त्याने आपल्या वाढत्या कुटुंबासाठी उदरनिर्वाहाचे मार्ग शोधण्याचा प्रयत्न केला. त्यांनी खाजगी शिक्षक म्हणून, लेखापाल म्हणून काम केले आणि गुंतवणूक सल्लागार व्यवसायाची स्थापना केली, परंतु जेव्हा त्यांच्या ग्राहकांना कळले की तो अस्पृश्य आहे तेव्हा तो अयशस्वी झाला. 1918 मध्ये ते मुंबईतील सिडनहॅम कॉलेज ऑफ कॉमर्स अँड इकॉनॉमिक्समध्ये राजकीय अर्थशास्त्राचे प्राध्यापक झाले. तो विद्यार्थ्यांसोबत यशस्वी झाला असला तरी, इतर प्राध्यापकांनी त्यांच्यासोबत पिण्याच्या पाण्याची भांडी वाटून घेण्यावर आक्षेप घेतला.

आंबेडकरांना साउथबरो कमिटीसमोर साक्ष देण्यासाठी आमंत्रित करण्यात आले होते, जी भारत सरकार कायदा 1919 तयार करत होती. या सुनावणीच्या वेळी आंबेडकरांनी अस्पृश्य आणि इतर धार्मिक समुदायांसाठी स्वतंत्र मतदार आणि आरक्षण निर्माण करण्यासाठी युक्तिवाद केला. 1920 मध्ये, त्यांनी कोल्हापूरच्या शाहू, म्हणजेच शाहू चतुर्थ (1874-1922) यांच्या मदतीने मुंबईतील मूकनायक (मूकनायक) साप्ताहिकाचे प्रकाशन सुरू केले.

आंबेडकर विधी व्यावसायिक म्हणून काम करू लागले. 1926 मध्ये, त्यांनी ब्राह्मण समाजावर भारताचा नाश केल्याचा आरोप करणाऱ्या

तीन ब्राह्मणेतर नेत्यांचा यशस्वीपणे बचाव केला आणि त्यानंतर त्यांच्यावर मानहानीचा खटला भरला गेला. धनंजय कीर नोंदवतात, "ग्राहक आणि डॉक्टरांसाठी हा विजय सामाजिक आणि वैयक्तिकरीत्या आनंददायी होता"

मुंबई उच्च न्यायालयात कायद्याची प्रॅक्टिस करत असताना त्यांनी अस्पृश्यांना शिक्षण देण्याचा आणि त्यांच्या उन्नतीसाठी प्रयत्न केले. त्यांचा पहिला संघटित प्रयत्न म्हणजे त्यांनी केंद्रीय संस्था बहिष्कृत हितकारिणी सभेची स्थापना केली, ज्याचा उद्देश शिक्षण आणि सामाजिक-आर्थिक सुधारणा, तसेच "बहिष्कृत" लोकांच्या कल्याणाला चालना देण्यासाठी होता, ज्याचा त्या वेळी उदासीन वर्ग म्हणून उल्लेख केला जातो. दलित हक्कांच्या रक्षणासाठी त्यांनी मूक नायक, बहिष्कृत भारत, समानता जनता अशी अनेक नियतकालिके सुरू केली.

1925 मध्ये ऑल-युरोपियन सायमन कमिशनसोबत काम करण्यासाठी त्यांची बॉम्बे प्रेसिडेन्सी कमिटीवर नियुक्ती करण्यात आली. या आयोगाने संपूर्ण भारतभर मोठा निषेध केला होता, आणि त्याचा अहवाल बहुतेक भारतीयांनी दुर्लक्षित केला असताना, आंबेडकरांनी स्वतः भारताच्या भावी राज्यघटनेसाठी शिफारसींचा एक वेगळा संच लिहिला.

1927 पर्यंत आंबेडकरांनी अस्पृश्यतेविरुद्ध सक्रिय चळवळी सुरू करण्याचा निर्णय घेतला होता. सार्वजनिक पिण्याच्या पाण्याचे स्त्रोत खुले करण्यासाठी त्यांनी सार्वजनिक चळवळी आणि मोर्च्यांनी सुरुवात केली. हिंदू मंदिरांमध्ये प्रवेश करण्याच्या अधिकारासाठी त्यांनी संघर्ष सुरू केला. शहरातील मुख्य पाण्याच्या टाकीतून पाणी काढण्याच्या अस्पृश्य समाजाच्या हक्कासाठी त्यांनी महाडमध्ये सत्याग्रह केला. 1927 च्या उत्तरार्धात झालेल्या एका परिषदेत, आंबेडकरांनी जातिभेद आणि "अस्पृश्यता" यांना वैचारिक दृष्ट्या समर्थन दिल्याबद्दल, उत्कृष्ट हिंदू मजकूर, मनुस्मृतीचा (मनूचे कायदे) जाहीर निषेध केला आणि त्यांनी प्राचीन ग्रंथाच्या प्रती समारंभपूर्वक जाळल्या. 25 डिसेंबर 1927 रोजी त्यांनी हजारो अनुयायांचे नेतृत्व करून मनुस्मृतीच्या प्रती जाळल्या. अशा प्रकारे दरवर्षी 25 डिसेंबर हा आंबेडकरवादी आणि

दलितांकडून मनुस्मृती दहन दिन (मनुस्मृती दहन दिन) म्हणून साजरा केला जातो.

तीन महिन्यांच्या तयारीनंतर 1930 मध्ये आंबेडकरांनी काळाराम मंदिर चळवळ सुरू केली. काळाराम मंदिर सत्याग्रहात सुमारे 15,000 स्वयंसेवक जमले आणि नाशिकची सर्वात मोठी मिरवणूक ठरली. मिरवणुकीचे नेतृत्व लष्करी बँड आणि स्काउट्सच्या तुकडीने केले होते; स्त्रिया आणि पुरुष शिस्त, सुव्यवस्था आणि निर्धाराने देवाचे प्रथमच दर्शन घेण्यासाठी निघाले. जेव्हा ते वेशीवर पोहोचले तेव्हा ब्राह्मण अधिकाऱ्यांनी दरवाजे बंद केले होते.

पूना करार

एमआर जयकर, तेज बहादूर सप्रू आणि आंबेडकर पूना येथील येरवडा तुरुंगात, २४ सप्टेंबर १९३२ रोजी, ज्या दिवशी पूना करार झाला होता.

1932 मध्ये, ब्रिटीश वसाहतवादी सरकारने कम्युनल अवार्डमध्ये "डिप्रेस्ड क्लासेस" साठी स्वतंत्र मतदार मंडळ तयार करण्याची घोषणा केली. महात्मा गांधींनी अस्पृश्यांसाठी स्वतंत्र मतदार संघाला तीव्र विरोध केला, असे म्हटले की अशा व्यवस्थेमुळे हिंदू समाजात फूट पडेल अशी भीती त्यांना वाटत होती. पूनाच्या येरवडा मध्यवर्ती कारागृहात कैद असताना गांधींनी उपोषण करून निषेध केला. उपोषणानंतर, मदन मोहन मालवीय आणि पालवणकर बाळू यांसारख्या काँग्रेसचे राजकारणी आणि कार्यकर्त्यांनी येरवडा येथे आंबेडकर आणि त्यांच्या समर्थकांसह संयुक्त सभा आयोजित केल्या. 25 सप्टेंबर 1932 रोजी, पूना करार म्हणून ओळखल्या जाणाऱ्या करारावर आंबेडकर (हिंदूंमधील उदासीन वर्गाच्या वतीने) आणि मदन मोहन मालवीय (इतर हिंदूंच्या वतीने) यांच्यात स्वाक्षरी झाली. या कराराने सामान्य मतदारांमधील तात्पुरत्या कायदेमंडळांमध्ये नैराश्यग्रस्त वर्गासाठी राखीव जागा दिल्या. करारामुळे नैराश्यग्रस्त वर्गाला विधानसभेत 71 ऐवजी 148 जागा मिळाल्या, जसे की पंतप्रधान रॅमसे मॅकडोनाल्डच्या अधिपत्याखाली वसाहतवादी सरकारने यापूर्वी प्रस्तावित केलेल्या सांप्रदायिक पुरस्कारामध्ये वाटप करण्यात आले होते. मजकुरात

"डिप्रेस्ड क्लासेस" हा शब्द वापरला गेलेला हिंदूमधील अस्पृश्य दर्शविण्यासाठी ज्यांना नंतर भारत कायदा 1935 आणि 1950 च्या भारतीय संविधानानुसार अनुसूचित जाती आणि अनुसूचित जमाती असे संबोधण्यात आले. 55 पूना करारामध्ये, तत्त्वतः एकसंध मतदारांची स्थापना करण्यात आली होती, परंतु प्राथमिक आणि दुय्यम निवडणुकांनी अस्पृश्यांना त्यांचे स्वतःचे उमेदवार निवडण्याची परवानगी दिली होती.

राजकीय कारकीर्द

1935 मध्ये, आंबेडकरांना शासकीय विधी महाविद्यालय, मुंबईचे प्राचार्य म्हणून नियुक्त करण्यात आले, ते पद त्यांनी दोन वर्षे सांभाळले. संस्थापक श्री राय केदारनाथ यांच्या मृत्यूनंतर त्यांनी रामजस कॉलेज, दिल्ली विद्यापीठाच्या नियामक मंडळाचे अध्यक्ष म्हणूनही काम केले. 57 बॉम्बे (आज मुंबई म्हणून ओळखले जाते) मध्ये स्थायिक होऊन, आंबेडकरांनी एका घराच्या बांधकामाची देखरेख केली आणि ५०,००० पेक्षा जास्त पुस्तकांसह त्यांच्या वैयक्तिक लायब्ररीचा साठा केला. 58 त्याच वर्षी त्यांच्या पत्नी रमाबाई यांचे दीर्घ आजाराने निधन झाले. पंढरपूरला यात्रेला जाण्याची तिची दीर्घकाळापासूनची इच्छा होती, परंतु आंबेडकरांनी तिला जाण्यास नकार दिला होता, तिला सांगून हिंदू धर्माच्या पंढरपूरऐवजी आपण तिच्यासाठी एक नवीन पंढरपूर तयार करू जे त्यांना अस्पृश्य मानतात. 13 ऑक्टोबर रोजी नाशिक येथे येवला धर्मांतर परिषदेत, आंबेडकरांनी वेगळ्या धर्मात धर्मांतर करण्याचा आपला इरादा जाहीर केला आणि आपल्या अनुयायांना हिंदू धर्म सोडण्याचे आवाहन केले. 58 भारतभरातील अनेक जाहीर सभांमध्ये ते आपला संदेश पुन्हा सांगत असत.

1936 मध्ये, आंबेडकरांनी स्वतंत्र मजूर पक्षाची स्थापना केली, ज्याने 13 राखीव आणि 4 सर्वसाधारण जागांसाठी 1937 ची मुंबई निवडणूक केंद्रीय विधानसभेसाठी लढवली आणि अनुक्रमे 11 आणि 3 जागा मिळवल्या.

आंबेडकरांनी 15 मे 1936 रोजी त्यांचे ॲनिहिलेशन ऑफ कास्ट हे पुस्तक प्रकाशित केले. त्यात हिंदू सनातनी धार्मिक नेत्यांची आणि सर्वसाधारणपणे जातिव्यवस्थेवर जोरदार टीका केली, आणि या विषयावर "गांधींचा निषेध" समाविष्ट केला. नंतर, 1955 बीबीसीच्या मुलाखतीत त्यांनी गांधींवर इंग्रजी भाषेच्या पेपर्समध्ये जातिव्यवस्थेच्या विरोधात लिहिल्याचा आरोप केला आणि गुजराती भाषेच्या पेपर्समध्ये त्याच्या समर्थनार्थ लिहिले.

या वेळी आंबेडकरांनी कोकणात प्रचलित असलेल्या खोती पद्धतीविरुद्धही लढा दिला, जिथे खोत किंवा सरकारी महसूल गोळा करणारे शेतकरी आणि भाडेकरू यांचे नियमित शोषण करतात. 1937 मध्ये, आंबेडकरांनी मुंबई विधानसभेत एक विधेयक मांडले ज्याचे उद्दिष्ट सरकार आणि शेतकरी यांच्यात थेट संबंध निर्माण करून खोती प्रथा रद्द करण्याच्या उद्देशाने होते.

आंबेडकरांनी संरक्षण सल्लागार समिती आणि व्हाईसरॉयच्या कार्यकारी परिषदेवर कामगार मंत्री म्हणून काम केले. सुटकेच्या दिवसापूर्वी, आंबेडकरांनी सांगितले की त्यांना सहभागी होण्यात स्वारस्य आहे: "मी मिस्टर जिना यांचे विधान वाचले आणि मला लाज वाटली की त्यांनी माझ्यावर मोर्चा चोरण्याची आणि माझी भाषा आणि भावना लुटण्याची परवानगी दिली. मिस्टर जिना यांच्यापेक्षा, वापरण्याचा अधिकार होता." त्यांनी पुढे असे सुचवले की त्यांनी ज्या समुदायांसोबत काम केले ते भारतीय मुस्लिमांपेक्षा वीस पटीने जास्त काँग्रेसच्या धोरणांमुळे अत्याचारित होते; त्यांनी स्पष्ट केले की ते काँग्रेसवर टीका करत होते, सर्व हिंदूंवर नाही. 65 जिना आणि आंबेडकर यांनी संयुक्तपणे भिंडी बाजार, बॉम्बे येथे मोठ्या संख्येने उपस्थित राहिलेल्या सुटका दिन कार्यक्रमाला संबोधित केले, जिथे दोघांनी काँग्रेस पक्षावर "अग्निशामक" टीका व्यक्त केली आणि एका निरीक्षकाच्या मते, इस्लाम आणि हिंदू धर्म एकमेकांशी जुळणारे नसल्याचा सल्ला दिला.

पाकिस्तानची मागणी करणाऱ्या मुस्लिम लीगच्या लाहोर ठरावानंतर (1940) आंबेडकरांनी थॉट्स ऑन पाकिस्तान नावाची 400

पानांची पत्रिका लिहिली, ज्यामध्ये "पाकिस्तान" या संकल्पनेचे सर्व पैलूंचे विश्लेषण केले गेले. हिंदूंनी मुस्लिमांना पाकिस्तान मान्य करावा, असे आंबेडकरांचे म्हणणे होते. मुस्लिम आणि बिगर मुस्लिम बहुसंख्य भाग वेगळे करण्यासाठी पंजाब आणि बंगालच्या प्रांतीय सीमा पुन्हा रेखाटल्या जाव्यात असा प्रस्ताव त्यांनी मांडला. त्याला वाटले की, प्रांतीय सीमा पुन्हा रेखाटण्यास मुस्लिमांना हरकत नाही. जर त्यांनी तसे केले तर त्यांना "स्वतःच्या मागणीचे स्वरूप समजले नाही". विद्वान व्यंकट धुलिपाला म्हणतात की थॉट्स ऑन पाकिस्तानने "भारतीय राजकारणाला दशकभर धक्का दिला". मुस्लीम लीग आणि इंडियन नॅशनल काँग्रेस यांच्यातील संवादाचा मार्ग ठरवून भारताच्या फाळणीचा मार्ग मोकळा केला.

शुद्र कोण होते? या ग्रंथात आंबेडकरांनी अस्पृश्यांची निर्मिती समजावून सांगण्याचा प्रयत्न केला. त्यांनी शुद्र आणि अतिशूद्र हे पाहिले जे जातिव्यवस्थेच्या धार्मिक पदानुक्रमात सर्वात खालच्या जाती बनवतात, अस्पृश्यांपेक्षा वेगळे आहेत. आंबेडकरांनी त्यांच्या राजकीय पक्षाचे अनुसूचित जाती फेडरेशनमध्ये रूपांतर करण्यावर देखरेख केली, जरी 1946 च्या भारतीय संविधान सभेच्या निवडणुकीत त्याची कामगिरी खराब झाली. नंतर ते बंगालच्या संविधान सभेत निवडून आले जेथे मुस्लिम लीगची सत्ता होती.

आंबेडकरांनी 1952 च्या बॉम्बे नॉर्थ पहिल्या भारतीय सार्वत्रिक निवडणुकीत निवडणूक लढवली, परंतु त्यांचे माजी सहाय्यक आणि काँग्रेस पक्षाचे उमेदवार नारायण काजरोळकर यांच्याकडून पराभव झाला. आंबेडकर राज्यसभेचे सदस्य झाले, बहुधा नियुक्त सदस्य. भंडारा येथून 1954 च्या पोटनिवडणुकीत त्यांनी पुन्हा लोकसभेत प्रवेश करण्याचा प्रयत्न केला, परंतु ते तिसऱ्या क्रमांकावर राहिले (काँग्रेस पक्ष जिंकला). 1957 च्या दुसऱ्या सार्वत्रिक निवडणुकीच्या वेळी आंबेडकरांचा मृत्यू झाला होता.

आंबेडकरांनी दक्षिण आशियातील इस्लामिक प्रथेवरही टीका केली. भारताच्या फाळणीचे औचित्य साधताना त्यांनी बालविवाह आणि मुस्लिम समाजातील महिलांशी होणाऱ्या गैरवर्तनाचा निषेध केला.

बहुपत्नीत्व आणि उपपत्नी या महान आणि अनेक दुष्कृत्ये आणि विशेषतः मुस्लिम स्त्रीला दुःखाचे कारण म्हणून कोणतेही शब्द पुरेसे व्यक्त करू शकत नाहीत. जातीव्यवस्था घ्या. इस्लाम गुलामगिरीपासून आणि जातीपासून मुक्त झालाच पाहिजे, असा अंदाज प्रत्येकजण काढतो. ... गुलामगिरी अस्तित्वात असताना , त्याचा बराचसा पाठिंबा इस्लाम आणि इस्लामिक देशांकडून प्राप्त झाला होता. कुराणात समाविष्ट असलेल्या गुलामांना न्याय्य आणि मानवीय वागणूक देण्याबाबत पैगंबराने दिलेली प्रिस्क्रिप्शन प्रशंसनीय असली तरी, इस्लाममध्ये असे काहीही नाही जे या शापाच्या निर्मूलनासाठी समर्थन देते. परंतु जर गुलामगिरी गेली असेल, तर मुस्लिमांमध्ये मुस्लिम जात शिल्लक राहिली आहे.

भारताच्या संविधानाचा मसुदा तयार करणे

मुख्य लेख: भारताचे वर्चस्व § नवीन संविधान तयार करणे

15 ऑगस्ट 1947 रोजी भारताला स्वातंत्र्य मिळाल्यावर, नवीन पंतप्रधान जवाहरलाल नेहरू यांनी आंबेडकरांना भारताचे कायदा मंत्री म्हणून काम करण्यासाठी आमंत्रित केले; दोन आठवड्यांनंतर, त्यांना भावी भारतीय प्रजासत्ताक राज्यघटनेच्या मसुदा समितीचे अध्यक्ष म्हणून नियुक्त करण्यात आले.

भारतीय संविधान धार्मिक स्वातंत्र्य, अस्पृश्यता निर्मूलन आणि सर्व प्रकारचे भेदभाव बेकायदेशीर ठरवण्यासह वैयक्तिक नागरिकांसाठी नागरी स्वातंत्र्याच्या विस्तृत श्रेणीची हमी आणि संरक्षण देते. आंबेडकरांनी महिलांसाठी व्यापक आर्थिक आणि सामाजिक हक्कांसाठी युक्तिवाद केला आणि अनुसूचित जाती आणि अनुसूचित जमाती आणि इतर मागासवर्गीय सदस्यांसाठी नागरी सेवा, शाळा आणि महाविद्यालयांमध्ये नोकऱ्यांमध्ये आरक्षणाची प्रणाली सुरू करण्यासाठी विधानसभेचा पाठिंबा मिळवला, ही प्रणाली होकारार्थी आहे. क्रिया भारताच्या कायदेकर्त्यांनी या उपाययोजनांद्वारे सामाजिक-आर्थिक असमानता आणि भारतातील नैराश्यग्रस्त वर्गासाठी संधींचा अभाव नष्ट करण्याची आशा व्यक्त केली. 26 नोव्हेंबर 1949 रोजी संविधान सभेने राज्यघटना स्वीकारली.

अर्थशास्त्र

परदेशात अर्थशास्त्रात डॉक्टरेट मिळवणारे आंबेडकर हे पहिले भारतीय होते. 72 त्यांनी असा युक्तिवाद केला की औद्योगिकीकरण आणि कृषी वाढ भारतीय अर्थव्यवस्थेत वाढ करू शकते. 73 त्यांनी भारतातील प्राथमिक उद्योग म्हणून शेतीमध्ये गुंतवणूक करण्यावर भर दिला. उद्धरण आवश्यक शरद पवार यांच्या मते, आंबेडकरांच्या दूरदृष्टीने सरकारला अन्नसुरक्षा उद्दिष्ट साध्य करण्यात मदत झाली. 74 आंबेडकरांनी राष्ट्रीय आर्थिक आणि सामाजिक विकासाची वकिली केली, शिक्षण, सार्वजनिक स्वच्छता, सामुदायिक आरोग्य, निवासी सुविधा या मूलभूत सुविधांवर जोर दिला. 73 त्यांचा DSc प्रबंध, The problem of the Rupee: Its Origin and Solution (1923) रुपयाच्या घसरणीची कारणे तपासतो. या प्रबंधात, त्यांनी सुधारित स्वरूपात सोन्याच्या मानकाच्या बाजूने युक्तिवाद केला, आणि केन्सने त्यांच्या इंडियन करन्सी अँड फायनान्स (1909) या ग्रंथात सोन्याचे विनिमय मानकांना अनुकूलता दर्शविल्याचा विरोध केला आणि ते कमी स्थिर असल्याचा दावा केला. त्याने रुपयाची पुढील सर्व नाणी थांबवण्यास आणि सोन्याचे नाणे काढण्यास अनुकूलता दर्शविली, ज्यामुळे चलन दर आणि किमती निश्चित होतील असा त्यांचा विश्वास होता.

त्यांनी त्यांच्या पीएचडी प्रबंधात द इव्होल्यूशन ऑफ प्रोव्हिन्शियल फायनान्स इन ब्रिटिश इंडियामध्ये कमाईचे विश्लेषण केले. या कामात त्यांनी ब्रिटीश वसाहती सरकारने भारतातील वित्त व्यवस्थापित करण्यासाठी वापरलेल्या विविध प्रणालींचे विश्लेषण केले. 75 76 वित्तविषयक त्यांचे मत असे होते की सरकारांनी त्यांच्या खर्चात "विश्वास, शहाणपण आणि अर्थव्यवस्था" असल्याचे सुनिश्चित केले पाहिजे. "विश्वासूपणा" याचा अर्थ, सरकारने पैसे खर्च करण्याच्या मूळ हेतूंसाठी शक्य तितक्या शक्य तितक्या पैशांचा वापर केला पाहिजे. "शहाणपणा" म्हणजे त्याचा सार्वजनिक हितासाठी शक्य तितका वापर केला गेला पाहिजे आणि "अर्थव्यवस्था" म्हणजे निधी वापरला जावा जेणेकरून त्यातून जास्तीत जास्त मूल्य काढता येईल.

1951 मध्ये आंबेडकरांनी भारताच्या वित्त आयोगाची स्थापना केली. त्यांनी कमी उत्पन्न गटासाठी आयकराला विरोध केला. अर्थव्यवस्थेला स्थिर करण्यासाठी त्यांनी जमीन महसूल कर आणि उत्पादन शुल्क धोरणांमध्ये योगदान दिले. मजूर आणि श्रेणीबद्ध स्वरूप, कामगारांच्या हालचाली (उच्च जाती खालच्या जातीतील व्यवसाय करणार नाहीत) आणि भांडवलाची हालचाल (गुंतवणूकदार त्यांच्या स्वतःच्या जातीच्या व्यवसायात प्रथम गुंतवणूक करतील असे गृहीत धरून) अडथळा आणतात. त्यांच्या राज्य समाजवादाच्या सिद्धांताचे तीन मुद्दे होते: शेतजमिनीवर राज्याची मालकी, राज्याद्वारे उत्पादनासाठी संसाधनांची देखभाल आणि लोकसंख्येमध्ये या संसाधनांचे न्याय्य वितरण. त्यांनी स्थिर रुपयासह मुक्त अर्थव्यवस्थेवर भर दिला जो भारताने अलीकडेच स्वीकारला आहे. त्यांनी आर्थिक विकासासाठी महिलांच्या समान अधिकारांवर भर दिला. उद्धरण आवश्यक

आंबेडकरांचे शेतजमिनीबाबतचे मत असे की त्यातील बराचसा भाग निष्क्रिय आहे किंवा तिचा योग्य वापर होत नाही. त्यांचा असा विश्वास होता की उत्पादन घटकांचे "आदर्श प्रमाण" आहे जे कृषी जमीन सर्वात उत्पादकपणे वापरण्यास अनुमती देईल. या हेतूने, त्यांनी त्यावेळच्या शेतीवर जगणाऱ्या लोकांचा मोठा भाग ही एक मोठी समस्या म्हणून पाहिली. म्हणून, त्यांनी या शेतमजुरांना इतरत्र अधिक उपयोगात आणण्यासाठी अर्थव्यवस्थेच्या औद्योगिकीकरणाचा पुरस्कार केला. उद्धरण आवश्यक

आंबेडकरांना अर्थशास्त्रज्ञ म्हणून प्रशिक्षित करण्यात आले होते, आणि ते राजकीय नेते बनले तेव्हा 1921 पर्यंत ते व्यावसायिक अर्थशास्त्रज्ञ होते. त्यांनी अर्थशास्त्रावर तीन अभ्यासपूर्ण पुस्तके लिहिली

1 ईस्ट इंडिया कंपनीचे प्रशासन आणि वित्त

2 ब्रिटिश भारतातील प्रांतीय वित्ताची उत्क्रांती

3 रुपयाची समस्या: त्याचे मूळ आणि त्याचे निराकरण

दुसरे लग्न

आंबेडकरांच्या पहिल्या पत्नी रमाबाई यांचे 1935 मध्ये दीर्घ आजाराने निधन झाले. 1940 च्या उत्तरार्धात भारताच्या राज्यघटनेचा मसुदा पूर्ण केल्यानंतर, त्यांना झोप येत नव्हती, त्यांच्या पायात न्यूरोपॅथिक वेदना होत होत्या आणि ते इन्सुलिन आणि होमिओपॅथिक औषधे घेत होते. ते उपचारासाठी बॉम्बेला गेले आणि तेथे शारदा कबीर यांच्याशी त्यांची भेट झाली, ज्यांच्याशी त्यांनी १५ एप्रिल १९४८ रोजी नवी दिल्लीतील त्यांच्या घरी लग्न केले. डॉक्टरांनी त्याची काळजी घेण्यासाठी एक चांगला स्वयंपाकी आणि वैद्यकीय ज्ञान असलेल्या साथीदाराची शिफारस केली. तिने सविता आंबेडकर हे नाव धारण केले आणि आयुष्यभर त्यांची काळजी घेतली. सविता आंबेडकर, ज्यांना 'माई' असेही संबोधले जात होते, त्यांचे 29 मे 2003 रोजी मुंबईत वयाच्या 93 व्या वर्षी निधन झाले.

बौद्ध धर्मात धर्मांतर

आंबेडकरांनी शीख धर्म स्वीकारण्याचा विचार केला, ज्याने दडपशाहीला विरोध करण्यास प्रोत्साहन दिले आणि म्हणून अनुसूचित जातीच्या नेत्यांना आवाहन केले. परंतु शीख नेत्यांच्या भेटीनंतर त्यांनी असा निष्कर्ष काढला की त्यांना "द्वितीय-दर" शीख दर्जा मिळू शकतो.

त्याऐवजी, 1950 च्या आसपास, त्यांनी बौद्ध धर्माकडे लक्ष देण्यास सुरुवात केली आणि बौद्धांच्या जागतिक फेलोशिपच्या बैठकीला उपस्थित राहण्यासाठी सिलोन (आता श्रीलंका) येथे प्रवास केला. पुण्याजवळ एक नवीन बौद्ध विहार समर्पित करताना, आंबेडकरांनी घोषणा केली की ते बौद्ध धर्मावर एक पुस्तक लिहित आहेत आणि ते पूर्ण झाल्यावर ते औपचारिकपणे बौद्ध धर्म स्वीकारतील. 1954 मध्ये त्यांनी दोनदा बर्माला भेट दिली; रंगूनमधील बौद्धांच्या जागतिक फेलोशिपच्या तिसऱ्या परिषदेत सहभागी होण्यासाठी दुसऱ्यांदा. 1955 मध्ये त्यांनी भारतीय बौद्ध महासभा किंवा बुद्धिस्ट सोसायटी ऑफ इंडियाची स्थापना केली. 1956 मध्ये, त्यांनी त्यांचे अंतिम कार्य, द बुद्ध अँड हिज धम्म पूर्ण केले, जे मरणोत्तर प्रकाशित झाले.

श्रीलंकन बौद्ध भिक्खू हम्मालावा सद्दतिसा यांच्या भेटीनंतर, आंबेडकरांनी 14 ऑक्टोबर 1956 रोजी नागपुरात स्वतःसाठी आणि

त्यांच्या समर्थकांसाठी एक औपचारिक सार्वजनिक समारंभ आयोजित केला. पारंपारिक पद्धतीने बौद्ध भिक्खूकडून तीन शरण आणि पाच उपदेश स्वीकारून, आंबेडकरांनी पूर्ण केले. त्याचे स्वतःचे धर्मांतर, त्याच्या पत्नीसह. त्यानंतर त्याने सुमारे 500,000 समर्थकांचे रुपांतर केले जे त्याच्याभोवती जमले होते. तीन दागिने आणि पाच उपदेशांनंतर त्यांनी या धर्मांतरितांसाठी 22 प्रतिज्ञा विहित केल्या. त्यानंतर चौथ्या जागतिक बौद्ध परिषदेत सहभागी होण्यासाठी ते काठमांडू, नेपाळ येथे गेले. बुद्ध किंवा कार्ल मार्क्स आणि "प्राचीन भारतातील क्रांती आणि प्रतिक्रांती" वरील त्यांचे कार्य अपूर्ण राहिले.

मृत्यू
बी.आर.आंबेडकर यांचे महापरिनिर्वाण

1948 पासून आंबेडकरांना मधुमेह होता. जून ते ऑक्टोबर 1954 मध्ये ते अंथरुणाला खिळून राहिले कारण औषधांच्या दुष्परिणामांमुळे आणि खराब दृष्टीमुळे. 87 1955 मध्ये त्यांची तब्येत आणखीनच बिघडली. बुद्ध अँड हिज धम्म हे त्यांचे अंतिम हस्तलिखित पूर्ण केल्यानंतर तीन दिवसांनी, 6 डिसेंबर 1956 रोजी आंबेडकर त्यांच्या दिल्लीतील घरी झोपेतच मरण पावले. उद्धरण आवश्यक

7 डिसेंबर रोजी दादर चौपाटी समुद्रकिनार्यावर बौद्ध अंत्यसंस्काराचे आयोजन करण्यात आले होते, त्यात अर्धा दशलक्ष शोकाकुल लोक उपस्थित होते. 93 16 डिसेंबर 1956 रोजी धर्मांतर कार्यक्रम आयोजित करण्यात आला होता, जेणेकरून अंत्यसंस्कार करणार्यांना त्याच ठिकाणी बौद्ध धर्म स्वीकारण्यात यावा.

आंबेडकर यांच्या पश्चात त्यांची दुसरी पत्नी सविता आंबेडकर (ज्यांना माईसाहेब आंबेडकर म्हणून ओळखले जाते), त्यांचे 2003 मध्ये निधन झाले, आणि त्यांचा मुलगा यशवंत आंबेडकर (भैय्यासाहेब आंबेडकर म्हणून ओळखले जाते), ज्यांचे 1977 मध्ये निधन झाले. सविता आणि यशवंत यांनी बी.आर. आंबेडकरांनी सुरू केलेली सामाजिक-धार्मिक चळवळ पुढे नेली. यशवंत यांनी बुद्धिस्ट सोसायटी ऑफ इंडियाचे दुसरे अध्यक्ष (1957-1977) आणि महाराष्ट्र विधान परिषदेचे सदस्य (1960-1966) म्हणून काम केले. आंबेडकरांचे थोरले

नातू, प्रकाश यशवंत आंबेडकर, बुद्धिस्ट सोसायटी ऑफ इंडियाचे मुख्य-सल्लागार आहेत, वंचित बहुजन आघाडीचे नेतृत्व करतात आणि त्यांनी भारतीय संसदेच्या दोन्ही सभागृहात काम केले आहे. आंबेडकरांचे धाकटे नातू आनंदराज आंबेडकर रिपब्लिकन सेनेचे नेतृत्व करतात (ट्रान: "रिपब्लिकन आर्मी").

आंबेडकरांच्या नोट्स आणि पेपर्समध्ये अनेक अपूर्ण टाईपस्क्रिप्ट्स आणि हस्तलिखित मसुदे सापडले आणि ते हळूहळू उपलब्ध झाले. यापैकी वेटिंग फॉर अ व्हिसाचा समावेश होता, जो बहुधा 1935 ते 1936 पर्यंतचा आहे आणि एक आत्मचरित्रात्मक कार्य आहे, आणि अनटचेबल्स किंवा चिल्ड्रन ऑफ इंडियाज घेट्टो, जे 1951 च्या जनगणनेचा संदर्भ देते.

आंबेडकरांचे 26 अलीपूर रोड येथील त्यांच्या दिल्लीतील घरामध्ये स्मारक उभारण्यात आले. त्यांची जन्मतारीख आंबेडकर जयंती किंवा भीम जयंती म्हणून ओळखली जाणारी सार्वजनिक सुट्टी म्हणून साजरी केली जाते. 1990 मध्ये त्यांना मरणोत्तर भारताचा सर्वोच्च नागरी सन्मान, भारतरत्न, प्रदान करण्यात आला.

त्यांच्या जन्म आणि मृत्यूच्या जयंती आणि धम्मचक्र प्रवर्तन दिना (१४ ऑक्टोबर) नागपूर येथे, मुंबईतील त्यांच्या स्मारकात त्यांना श्रद्धांजली वाहण्यासाठी किमान अर्धा लाख लोक जमतात. 104 हजारो पुस्तकांची दुकाने उभारली जातात आणि पुस्तकांची विक्री होते. त्याचा त्याच्या अनुयायांना संदेश होता "शिक्षित करा, आंदोलन करा, संघटित करा!"

वारसा

सामाजिक-राजकीय सुधारक म्हणून आंबेडकरांच्या वारशाचा आधुनिक भारतावर खोल परिणाम झाला. स्वातंत्र्योत्तर भारतात, त्यांच्या सामाजिक-राजकीय विचारांचा राजकीय स्पेक्ट्रममध्ये आदर केला जातो. त्यांच्या पुढाकारांनी जीवनाच्या विविध क्षेत्रांवर प्रभाव टाकला आहे आणि सामाजिक-आर्थिक आणि कायदेशीर प्रोत्साहनांद्वारे सामाजिक-आर्थिक धोरणे, शिक्षण आणि सकारात्मक कृतींकडे आज भारताचा दृष्टिकोन बदलला आहे. विद्वान म्हणून

त्यांची ख्याती मुक्त भारताचे पहिले कायदा मंत्री आणि संविधानाचा मसुदा तयार करणाऱ्या समितीचे अध्यक्ष म्हणून त्यांची नियुक्ती झाली. व्यक्तिस्वातंत्र्यावर त्यांचा उत्कट विश्वास होता आणि त्यांनी जाती समाजावर टीका केली. जातिव्यवस्थेचा पाया असल्याच्या हिंदू धर्मावरील आरोपांमुळे ते हिंदूमध्ये वादग्रस्त आणि लोकप्रिय नव्हते. त्यांच्या बौद्ध धर्मात झालेल्या धर्मांतरामुळे भारतात आणि परदेशात बौद्ध तत्वज्ञानात रस निर्माण झाला.

अनेक सार्वजनिक संस्थांना त्यांच्या सन्मानार्थ नाव देण्यात आले आहे आणि नागपुरातील डॉ. बाबासाहेब आंबेडकर आंतरराष्ट्रीय विमानतळ, अन्यथा सोनेगाव विमानतळ म्हणून ओळखले जाते. डॉ. बी.आर. आंबेडकर नॅशनल इन्स्टिट्यूट ऑफ टेक्नॉलॉजी, जालंधर, आंबेडकर युनिव्हर्सिटी दिल्लीचे नावही त्यांच्या सन्मानार्थ ठेवण्यात आले आहे.

महाराष्ट्र सरकारने लंडनमधील एक घर विकत घेतले आहे जिथे आंबेडकर 1920 च्या दशकात विद्यार्थी असताना राहत होते. हे घर आंबेडकरांच्या संग्रहालय-सह-स्मारकात रूपांतरित करणे अपेक्षित आहे.

हिस्ट्री TV18 आणि CNN IBN द्वारे आयोजित केलेल्या सर्वेक्षणाद्वारे 2012 मध्ये आंबेडकरांना "सर्वश्रेष्ठ भारतीय" म्हणून मतदान करण्यात आले, पटेल आणि नेहरू यांच्या पुढे. जवळपास 20 दशलक्ष मते पडली. अर्थशास्त्रातील त्यांच्या भूमिकेमुळे, नरेंद्र जाधव, एक उल्लेखनीय भारतीय अर्थशास्त्रज्ञ, म्हणाले की आंबेडकर "सर्वकाळातील सर्वोच्च शिक्षित भारतीय अर्थशास्त्रज्ञ होते." अमर्त्य सेन म्हणाले की आंबेडकर "माझ्या अर्थशास्त्राचे जनक" आहेत. , आणि "ते वास्तव नसले तरी त्यांच्या मायदेशात ते अत्यंत वादग्रस्त व्यक्तिमत्त्व होते. अर्थशास्त्राच्या क्षेत्रातील त्यांचे योगदान अद्भूत आहे आणि ते सदैव स्मरणात राहील."

2 एप्रिल 1967 रोजी भारताच्या संसदेत आंबेडकरांचा 3.66 मीटर (12 फूट) उंच कांस्य पुतळा बसवण्यात आला. बी.व्ही. वाघ यांनी साकारलेल्या या पुतळ्याचे अनावरण भारताचे तत्कालीन राष्ट्रपती

सर्वपल्ली राधाकृष्णन यांनी केले होते. 12 एप्रिल 1990 रोजी संसद भवनाच्या सेंट्रल हॉलमध्ये डॉ. बी.आर. आंबेडकर यांचे चित्र लावण्यात आले. झेबा अमरोहवी यांनी रेखाटलेल्या आंबेडकरांच्या पोर्ट्रेटचे अनावरण भारताचे तत्कालीन पंतप्रधान व्ही.पी. सिंग यांनी केले होते. आंबेडकरांचे आणखी एक पोर्ट्रेट संसदीय संग्रहालय आणि संसद भवनाच्या अभिलेखागारात ठेवण्यात आले आहे.

इंडियन पोस्टने 1966, 1973, 1991, 2001 आणि 2013 मध्ये त्यांच्या वाढदिवसाला समर्पित स्टॅम्प जारी केले आणि 2009, 2015, 2016, 2017 आणि 2020 मध्ये त्यांना इतर स्टॅंपवर दाखवले.

आंबेडकरांचा वारसा टीकेशिवाय नव्हता. मोठ्या राष्ट्रवादी चळवळीच्या सहकार्याच्या खर्चावर जातीच्या मुद्द्यावर त्यांच्या एकतर्फी विचारांमुळे आंबेडकरांवर टीका केली गेली आहे. आंबेडकर यांच्या संघटना बांधणीकडे दुर्लक्ष केल्याबद्दल त्यांच्या काही चरित्रकारांनी त्यांच्यावर टीकाही केली आहे.

आंबेडकरांच्या राजकीय तत्त्वज्ञानाने मोठ्या संख्येने राजकीय पक्ष, प्रकाशने आणि कामगार संघटनांना जन्म दिला आहे जे संपूर्ण भारतात, विशेषतः महाराष्ट्रात सक्रिय आहेत. त्यांच्या बौद्ध धर्माच्या प्रचारामुळे भारतातील लोकसंख्येच्या लोकांमध्ये बौद्ध तत्त्वज्ञानाबद्दलची आवड पुन्हा निर्माण झाली आहे. आंबेडकरांच्या 1956 च्या नागपूर समारंभाचे अनुकरण करून आधुनिक काळात मानवाधिकार कार्यकर्त्यांनी सामूहिक धर्मांतर समारंभ आयोजित केले आहेत. काही भारतीय बौद्ध त्यांना बोधिसत्व मानतात, जरी त्यांनी स्वतः असा दावा केला नाही. भारताबाहेर, 1990 च्या दशकाच्या उत्तरार्धात, काही हंगेरियन रोमानी लोकांनी त्यांच्या स्वतःच्या आणि भारतातील दलित लोकांच्या परिस्थितीमध्ये समांतरता आणली. आंबेडकरांच्या प्रेरणेने त्यांनी बौद्ध धर्म स्वीकारण्यास सुरुवात केली.

धर्म

आंबेडकरांनी 1935 मध्ये आपण हिंदू जन्माला आलो पण हिंदू म्हणून मरणार नाही असे सांगितले. त्यांनी हिंदू धर्माला "दडपशाही धर्म" म्हणून पाहिले आणि इतर कोणत्याही धर्मात धर्मांतराचा विचार

करण्यास सुरुवात केली. जातीच्या उच्चाटनामध्ये, आंबेडकर असा दावा करतात की खरा जातिहीन समाज हा एकमेव शाश्वत मार्ग म्हणजे शास्त्रांच्या पावित्र्यावरील विश्वास नष्ट करणे आणि त्यांचे अधिकार नाकारणे. आंबेडकर हे हिंदू धार्मिक ग्रंथ आणि महाकाव्यांवर टीका करत होते आणि त्यांनी 1954 ते 1955 मध्ये रिडल्स इन हिंदूइझम नावाचे एक काम लिहिले. वैयक्तिक अध्याय हस्तलिखिते एकत्र करून हे काम मरणोत्तर प्रकाशित केले गेले आणि परिणामी मोठ्या प्रमाणात निदर्शने आणि प्रतिप्रदर्शन झाले.

आंबेडकरांनी ख्रिस्ती धर्माला अन्यायाविरुद्ध लढण्यास असमर्थ मानले. त्यांनी लिहिले की "हे एक विवादास्पद सत्य आहे की युनायटेड स्टेट्समधील निग्रो लोकांची गुलामगिरी संपवण्यासाठी ख्रिश्चन धर्म पुरेसा नव्हता. निग्रोंना ते स्वातंत्र्य देण्यासाठी गृहयुद्ध आवश्यक होते जे त्यांना ख्रिश्चनांनी नाकारले होते."

आंबेडकरांनी इस्लाममधील भेदांवर टीका केली आणि धर्माचे वर्णन "एक जवळचे निगम आणि मुस्लिम आणि गैर-मुस्लिम यांच्यातील भेद हा एक अतिशय वास्तविक, अतिशय सकारात्मक आणि अतिशय पराकोटीचा भेद आहे" असे वर्णन केले.

त्यांनी इस्लाम किंवा ख्रिश्चन धर्म स्वीकारण्यासाठी उदासीन वर्गाच्या धर्मांतराला विरोध केला आणि जोडले की जर त्यांनी इस्लाम स्वीकारला तर "मुस्लिम वर्चस्वाचा धोका देखील खरा ठरतो" आणि जर त्यांनी ख्रिश्चन धर्म स्वीकारला तर "देशावर ब्रिटनची पकड मजबूत होण्यास मदत होईल. ".

सुरुवातीला, आंबेडकरांनी शीख धर्म स्वीकारण्याची योजना आखली परंतु ब्रिटिश सरकार अस्पृश्यांना आरक्षित संसदीय जागांवर दिलेल्या विशेषाधिकारांची हमी देणार नाही हे शोधून काढल्यानंतर त्यांनी ही कल्पना नाकारली.

16 ऑक्टोबर 1956 रोजी त्यांनी आपल्या मृत्यूच्या काही आठवडे आधी बौद्ध धर्म स्वीकारला.

आर्य आक्रमण सिद्धांत

आंबेडकरांनी शूद्रांना आर्य मानले आणि आर्य आक्रमणाचा सिद्धांत ठामपणे नाकारला आणि 1946 च्या त्यांच्या पुस्तकात शूद्र कोण होते? आंबेडकरांनी शूद्रांना मूळतः "इंडो-आर्यन समाजातील क्षत्रिय वर्णाचा भाग" म्हणून पाहिले, परंतु त्यांनी ब्राह्मणांवर अनेक अत्याचार केल्यामुळे ते सामाजिकदृष्ट्या अध:पतन झाले.

अरविंद शर्मा यांच्या मते, आंबेडकरांनी आर्य आक्रमण सिद्धांतातील काही त्रुटी लक्षात घेतल्या ज्या नंतर पाश्चात्य विद्वत्तेने मान्य केल्या. उदाहरणार्थ, विद्वान आता ऋग्वेद 5.29.10 मधील अनास हे नाकाच्या आकाराऐवजी वाचा संदर्भित करते हे मान्य करतात. आंबेडकरांनी हे सांगून आधुनिक दृष्टिकोनाचा अंदाज लावला

अनास हा शब्द ऋग्वेद V.29.10 मध्ये आढळतो. या शब्दाचा अर्थ काय आहे? दोन व्याख्या आहेत. एक प्रो. मॅक्स मुलर यांचे आहे. दुसरे सायनाचार्य यांचे आहे. प्रो. मॅक्स म्युलर यांच्या मते, याचा अर्थ 'नाक नसलेले' किंवा 'सपाट नाक असलेले' असा होतो आणि आर्य ही दास्यांपासून वेगळी जात होती या मताच्या समर्थनार्थ पुराव्याचा तुकडा म्हणून यावर अवलंबून आहे. सायनाचार्य म्हणतात की याचा अर्थ 'मुखहीन' म्हणजेच उत्तम वाणी नसलेला. अर्थाचा हा फरक अनास शब्दाच्या योग्य वाचनात फरक असल्यामुळे आहे. सायनाचार्य हे अन-आसा म्हणून वाचतात तर प्रो. मॅक्स मुलर हे अ-नासा म्हणून वाचतात. प्रो. मॅक्स मुलर यांनी वाचल्याप्रमाणे, याचा अर्थ 'नाक नसलेला' आहे. प्रश्न आहे: दोन वाचनांपैकी कोणते बरोबर आहे? सायनाचे वाचन चुकीचे आहे असे मानण्याचे कारण नाही. दुसरीकडे, ते योग्य आहे हे सुचवण्यासाठी सर्वकाही आहे. प्रथम स्थानावर, तो शब्दाचा अर्थ नसतो. दुसरे असे की, दास्यांचे वर्णन नाकहीन असे दुसरे कोणतेही ठिकाण नसल्यामुळे, या शब्दाला पूर्णपणे नवीन अर्थ प्राप्त होईल अशा रीतीने वाचण्याचे कारण नाही. मृध्रवाक हा समानार्थी शब्द म्हणून वाचणे योग्य आहे. त्यामुळे दास्यस वेगळ्या वंशाचा होता या निष्कर्षाच्या समर्थनार्थ कोणताही पुरावा नाही.

आंबेडकरांनी आर्य मातृभूमी भारताबाहेर असल्याच्या विविध गृहितकांवर विवाद केला आणि निष्कर्ष काढला की आर्यांची मातृभूमी

भारतच आहे. आंबेडकरांच्या म्हणण्यानुसार, ऋग्वेदात म्हटले आहे की आर्य, दास आणि दास्यस हे धार्मिक गट स्पर्धा करत होते, भिन्न लोक नव्हते.

साम्यवाद

कम्युनिझमबद्दल आंबेडकरांचे विचार 1956 च्या "बुद्ध किंवा कार्ल मार्क्स" आणि "बुद्धिझम आणि कम्युनिझम" या दोन ग्रंथांमध्ये व्यक्त केले गेले. त्यांनी मार्क्सवादी सिद्धांत स्वीकारला की काही विशेषाधिकारप्राप्त लोकांच्या शोषणामुळे गरीबी आणि त्याचे प्रश्न कायम होते. तथापि, त्यांनी त्यांनी हे शोषण पूर्णपणे आर्थिक म्हणून पाहिले नाही, असा सिद्धांत मांडला की शोषणाचे सांस्कृतिक पैलू आर्थिक शोषणापेक्षा वाईट किंवा वाईट आहेत. शिवाय, त्यांनी आर्थिक संबंधांना मानवी जीवनाचा एकमात्र महत्त्वाचा पैलू म्हणून पाहिले नाही. त्यांनी कम्युनिस्टांनाही इच्छुक म्हणून पाहिले. हिंसेसह सर्वहारा क्रांती साध्य करण्यासाठी कोणत्याही मार्गाचा अवलंब करा, तर त्यांनी स्वत: लोकशाही आणि शांततापूर्ण उपायांना बदलासाठी सर्वोत्तम पर्याय म्हणून पाहिले. आंबेडकरांनी उत्पादनाच्या सर्व साधनांवर नियंत्रण ठेवण्याच्या आणि मालमत्तेची खाजगी मालकी संपवण्याच्या मार्क्सवादी कल्पनेला विरोध केला: नंतरचे पाहिले. समाजाच्या समस्या सोडविण्यास सक्षम नाही म्हणून मोजमाप करा. शिवाय, मार्क्सवादाप्रमाणे राज्याच्या अंतिम नाशाचा पुरस्कार करण्याऐवजी, आंबेडकर बेली वर्गहीन समाजात राहणे, परंतु समाज असेपर्यंत राज्य अस्तित्वात राहील आणि ते विकासात सक्रिय असले पाहिजे, असा त्यांचा विश्वास होता. कोलमडून पडेल आणि पर्यायी, त्याच्या मते, "एक प्रकारचा साम्यवाद आहे".

2
राजा राम मोहन रॉय

राजा राम मोहन रॉय

Social Reformers

Scan for Story Videos - www.itibook.com

राम मोहन रॉय FRAS (बंगाली: 22 मे 1772 - 27 सप्टेंबर 1833) एक भारतीय सुधारक होता जो 1828 मध्ये ब्राह्मो सभेच्या संस्थापकांपैकी एक होता, ब्राह्मो समाजाचा अग्रदूत होता. , भारतीय उपखंडातील सामाजिक-धार्मिक सुधारणा चळवळ. त्याला मुघल सम्राट अकबर दुसरा याने राजा ही पदवी दिली होती. राजकारण, सार्वजनिक प्रशासन, शिक्षण आणि धर्म या क्षेत्रांत त्यांचा प्रभाव स्पष्ट दिसत होता. सती प्रथा आणि बालविवाह रद्द करण्याच्या त्यांच्या प्रयत्नांसाठी ते प्रसिद्ध होते. रॉय यांना अनेक इतिहासकारांनी "बंगाल पुनर्जागरणाचे जनक" मानले आहे.

2004 मध्ये, बीबीसीच्या सर्वकालीन महान बंगाली सर्वेक्षणात रॉय 10 व्या क्रमांकावर होते.

राम मोहन रॉय यांचा जन्म राधानगर, हुगळी जिल्ह्यातील बंगाल प्रेसिडेन्सी येथे झाला. त्यांचे आजोबा कृष्णकांता बंड्योपाध्याय हे रहि कुलीन (उच्च) ब्राह्मण होते. कुलीन ब्राह्मणांमध्ये - 12 व्या शतकात बल्लाल सेनने कन्नौजमधून आयात केलेल्या ब्राह्मणांच्या सहा कुटुंबांचे वंशज - पश्चिम बंगालच्या रढी जिल्ह्यातील ते 19 व्या

शतकात अनेक स्त्रियांशी लग्न करून हुंडाबळी जगण्यासाठी कुख्यात होते. कुलीनवाद हा बहुपत्नीत्व आणि हुंडा पद्धतीचा समानार्थी शब्द होता, ज्याच्या विरोधात राममोहन यांनी प्रचार केला. त्यांचे वडील रामकांता हे वैष्णव होते, तर त्यांची आई तारिणी देवी शैव कुटुंबातील होती. ते संस्कृत, पर्शियन आणि इंग्रजी भाषांचे उत्तम अभ्यासक होते आणि त्यांना अरबी, लॅटिन आणि ग्रीक भाषाही येत होत्या. एका पालकाने त्याला विद्वान, शास्त्री या व्यवसायासाठी तयार केले, तर दुसऱ्याने त्याच्यासाठी सार्वजनिक प्रशासनाच्या लौकिक किंवा ऐहिक क्षेत्रात करिअर सुरू करण्यासाठी आवश्यक असलेले सर्व सांसारिक फायदे सुरक्षित केले. लहानपणी, राम मोहन आयुष्यभर दोघांमध्ये विरक्त राहिला.

राम मोहन रॉय यांचे तीन लग्न झाले होते. त्याची पहिली पत्नी लवकर मरण पावली. त्याला दोन मुलगे होते, 1800 मध्ये राधाप्रसाद आणि 1812 मध्ये रामाप्रसाद त्याच्या दुसऱ्या पत्नीसह, ज्यांचा मृत्यू 1824 मध्ये झाला. रॉयची तिसरी पत्नी त्याच्यापेक्षा जास्त जगली.

राम मोहन रॉय यांच्या प्रारंभिक शिक्षणाचे स्वरूप आणि सामग्री विवादित आहे. एक मत असा आहे की राम मोहनने त्यांचे औपचारिक शिक्षण गावातील पाठशाळेत सुरू केले जेथे ते बंगाली आणि काही संस्कृत आणि फारसी शिकले. नंतर त्यांनी पाटणा येथील मदरशात पर्शियन आणि अरबी भाषेचा अभ्यास केल्याचे सांगितले जाते आणि त्यानंतर त्यांना वेद आणि उपनिषदांसह संस्कृत आणि हिंदू धर्मग्रंथातील गुंतागुंत शिकण्यासाठी बनारसला पाठवण्यात आले. या दोन्ही ठिकाणी त्याच्या वेळेच्या तारखा अनिश्चित आहेत. तथापि, असे मानले जाते की तो नऊ वर्षांचा असताना त्याला पाटण्याला पाठवण्यात आले आणि दोन वर्षांनी तो बनारसला गेला.

पर्शियन आणि अरबी अभ्यासांनी युरोपियन देववादाच्या अभ्यासापेक्षा एका देवाबद्दलच्या त्याच्या विचारांवर अधिक प्रभाव पाडला, जे त्याला किमान त्याचे पहिले धर्मग्रंथ लिहिताना माहित नव्हते कारण त्या टप्प्यावर त्याला इंग्रजी बोलता किंवा समजू शकत नव्हते.

आधुनिक भारतीय इतिहासावर राम मोहन रॉय यांचा प्रभाव म्हणजे त्यांनी उपनिषदांमध्ये आढळलेल्या वेदांत तत्त्वज्ञानाच्या शुद्ध आणि नैतिक तत्त्वांचे पुनरुज्जीवन केले. त्यांनी देवाच्या ऐक्याचा उपदेश केला, वेदिक शास्त्रांचे इंग्रजीत भाषांतर केले, कलकत्ता युनिटेरियन सोसायटीची सह-स्थापना केली आणि ब्रह्म समाजाची स्थापना केली. भारतीय समाजाच्या सुधारणा आणि आधुनिकीकरणात ब्राह्मसमाजाची मोठी भूमिका होती. विधवांना जाळण्याच्या प्रथेविरुद्ध त्यांनी यशस्वीपणे मोहीम चालवली. त्यांनी पाश्चात्य संस्कृतीला त्यांच्या स्वतःच्या देशाच्या परंपरांच्या उत्कृष्ट वैशिष्ट्यांसह एकत्रित करण्याचा प्रयत्न केला. भारतातील शिक्षणाची आधुनिक प्रणाली (संस्कृत आधारित शिक्षणाच्या जागी इंग्रजी-आधारित शिक्षण प्रभावीपणे) लोकप्रिय करण्यासाठी त्यांनी अनेक शाळा स्थापन केल्या. त्यांनी तर्कसंगत, नैतिक, गैर-सत्तावादी, या-सांसारिक आणि सामाजिक-सुधारणा हिंदू धर्माचा प्रचार केला. त्यांच्या लेखनामुळे ब्रिटिश आणि अमेरिकन युनिटेरियन्समध्येही रस निर्माण झाला.

ख्रिश्चन धर्म आणि ईस्ट इंडिया कंपनीचा प्रारंभिक शासन (1795-1828)

ईस्ट इंडिया कंपनीच्या सुरुवातीच्या काळात, राम मोहन रॉय यांनी राजकीय आंदोलक म्हणून काम केले आणि ईस्ट इंडिया कंपनीने काम केले.

1792 मध्ये, ब्रिटीश बाप्टिस्ट शूमेकर विल्यम केरी यांनी त्याची प्रभावशाली मिशनरी पत्रिका प्रकाशित केली, ख्रिश्चनांच्या धर्मांतरासाठी साधनांचा वापर करण्याच्या जबाबदारीची चौकशी.

1793 मध्ये विल्यम केरी स्थायिक होण्यासाठी भारतात आला. भारतीय भाषांमध्ये बायबलचे भाषांतर, प्रकाशन आणि वितरण आणि भारतीय लोकांमध्ये ख्रिश्चन धर्माचा प्रचार करणे हा त्यांचा उद्देश होता. या प्रयत्नात त्याला "मोबाईल" (म्हणजे सेवा वर्ग) ब्राह्मण आणि पंडित सर्वात जास्त मदत करू शकतात हे त्याच्या लक्षात आले आणि त्याने त्यांना एकत्र करायला सुरुवात केली. सांस्कृतिक संदर्भात ख्रिश्चन धर्माच्या बाबतीत अधिक चांगल्या प्रकारे युक्तिवाद

करण्यासाठी त्यांनी बौद्ध आणि जैन धार्मिक कार्य शिकले.

1795 मध्ये, कॅरी यांनी संस्कृत विद्वान, तांत्रिक साईहरदान विद्यावागीश यांच्याशी संपर्क साधला, ज्यांनी नंतर त्यांची इंग्रजी शिकण्याची इच्छा असलेल्या राम मोहन रॉय यांच्याशी ओळख करून दिली. उद्धरण आवश्यक

1796 आणि 1797 च्या दरम्यान, केरी, विद्यावागीश आणि रॉय या त्रिकुटाने "महानिर्वाण तंत्र" (किंवा "बुक ऑफ द ग्रेट लिबरेशन") म्हणून ओळखले जाणारे एक धार्मिक कार्य तयार केले आणि त्याला "एकला एक धार्मिक ग्रंथ" म्हणून स्थान दिले. खरा देव" कॅरीचा सहभाग त्याच्या तपशीलवार नोंदींमध्ये नोंदवलेला नाही आणि त्याने फक्त 1796 मध्ये संस्कृत वाचायला शिकल्याचे सांगितले आणि 1797 मध्ये फक्त व्याकरण पूर्ण केले, त्याच वर्षी त्याने बायबलचा काही भाग अनुवादित केला (जोशुआपासून जॉबपर्यंत), हे एक मोठे काम आहे. पुढील दोन दशके या दस्तऐवजात नियमितपणे वाढ करण्यात आली. त्याचे न्यायिक विभाग बंगालमधील इंग्लिश सेटलमेंटच्या कायद्याच्या कोर्टात हिंदू कायदा म्हणून जमीनदारीच्या मालमत्तेच्या विवादांवर निर्णय घेण्यासाठी वापरले गेले. तथापि, काही ब्रिटीश न्यायदंडाधिकारी आणि कलेक्टर यांना संशय येऊ लागला आणि त्याचा वापर (तसेच हिंदू कायद्याचे स्त्रोत म्हणून पंडितांवर अवलंबून राहणे) त्वरीत अवमूल्यन केले गेले. विद्यावागीशचे कॅरीसोबत काही काळ मतभेद झाले आणि ते गटापासून वेगळे झाले, परंतु त्यांनी राम मोहन रॉय यांच्याशी संबंध कायम ठेवले.

1797 मध्ये, राजा राम मोहन कलकत्ता येथे पोहोचले आणि "बनिया" (सावकार) बनले, मुख्यतः त्यांच्या क्षमतेच्या पलीकडे राहणाऱ्या कंपनीच्या इंग्रजांना कर्ज देण्यासाठी. राम मोहननेही इंग्रजी दरबारात पंडित म्हणून आपला व्यवसाय सुरू ठेवला आणि स्वतःचा उदरनिर्वाह सुरू केला. तो ग्रीक आणि लॅटिन शिकू लागला.

1799 मध्ये, सेरामपूरच्या डॅनिश सेटलमेंटमध्ये मिशनरी जोशुआ मार्शमन आणि प्रिंटर विल्यम वॉर्ड यांच्यासोबत केरी सामील झाले.

1803 ते 1815 पर्यंत, राम मोहनने ईस्ट इंडिया कंपनीच्या "लेखन सेवेत" काम केले, मुर्शिदाबाद येथील अपीलीय न्यायालयाचे रजिस्ट्रार थॉमस वूड्रोफ (ज्यांचे दूरचे पुतणे, जॉन वुडरॉफ - देखील एक न्यायदंडाधिकारी होते - आणि नंतर जगले. आर्थर एव्हलॉन या टोपणनावाने महानिर्वाण तंत्र बंद). रॉय यांनी वुडरॉफच्या सेवेचा राजीनामा दिला आणि नंतर कंपनीचे कलेक्टर जॉन डिग्बी यांच्याकडे नोकरी मिळवली आणि राम मोहन यांनी रंगपूर आणि इतरत्र डिग्बीसोबत अनेक वर्षे घालवली, जिथे त्यांनी हरिहरनंद यांच्याशी संपर्क नूतनीकरण केला. तोपर्यंत विल्यम केरी सेरामपूर येथे स्थायिक झाला होता आणि जुन्या त्रिकूटाने त्यांच्या फायदेशीर सहवासाचे नूतनीकरण केले. विल्यम केरी आता इंग्लिश कंपनीशी जोडले गेले होते, ज्याचे मुख्यालय फोर्ट विल्यम येथे होते आणि त्याच्या धार्मिक आणि राजकीय महत्त्वाकांक्षा वाढत्या प्रमाणात गुंफल्या जात होत्या.

मुर्शिदाबादमध्ये असताना, 1804 मध्ये राजा राम मोहन रॉय यांनी तुहफत-उल-मुवाहिदिन (एकेश्वरवाद्यांना एक भेट) अरबी भाषेत प्रस्तावनेसह पर्शियनमध्ये लिहिले. बंगाली ही अद्याप बौद्धिक प्रवचनाची भाषा बनली नव्हती. तुहफतुल मुवाहिदीनचे महत्त्व केवळ त्या व्यक्तीचे पहिले ज्ञात धर्मशास्त्रीय विधान असण्यामध्ये आहे ज्याने नंतर प्रसिद्धी आणि विद्वान म्हणून बदनामी केली. स्वतःच, हे अविस्मरणीय आहे, कदाचित केवळ सामाजिक इतिहासकारांना त्याच्या हौशी इलेक्टिसिझममुळे स्वारस्य आहे. तुहफत हे 1884 च्या सुरुवातीला आदि ब्राह्मो समाजाने प्रकाशित केलेल्या मौलवी ओबेदुल्ला ईआय ओबेदच्या इंग्रजी भाषांतरात उपलब्ध होते. राजा राम मोहन रॉय यांना त्यांच्या बौद्धिक विकासाच्या या टप्प्यावर उपनिषद माहित नव्हते.

1814 मध्ये, त्यांनी वेदांताच्या एकेश्वरवादी आदर्शांचा प्रचार करण्यासाठी आणि मूर्तिपूजा, जातीय कठोरता, निरर्थक कर्मकांड आणि इतर सामाजिक विकृतींच्या विरोधात मोहीम करण्यासाठी कोलकाता (तेव्हा कलकत्ता) येथे आत्मीय सभा (म्हणजे मित्रांची समाज) एक तात्त्विक चर्चा मंडळ सुरू केले.

1838 पर्यंत ईस्ट इंडिया कंपनी भारतातून दरवर्षी तीस दशलक्ष पौंड दराने पैसे काढून घेत होती. उद्धरण आवश्यक राम मोहन रॉय हे भारतातून किती पैसे बाहेर नेले जात होते आणि ते कोठे नेले जात होते याचा अंदाज लावण्याचा प्रयत्न करणारे पहिले होते. गायब होते. त्यांचा असा अंदाज होता की भारतात जमा झालेल्या एकूण महसुलापैकी अर्धा भाग इंग्लंडला पाठवला गेला, भारताची लोकसंख्या बरीच जास्त असून, उरलेला पैसा सामाजिक कल्याण राखण्यासाठी वापरला गेला. 26 राम मोहन रॉय यांनी हे पाहिले आणि त्यांचा असा विश्वास होता की मुक्त व्यापाराच्या अंतर्गत भारतातील युरोपीय लोकांच्या अनिर्बंध वस्तीमुळे आर्थिक संकट कमी होण्यास मदत होईल.

पुढील दोन दशकांदरम्यान, राम मोहनने चर्चच्या आदेशानुसार बंगालच्या हिंदू धर्माच्या बुरुजांवर, म्हणजे त्याचे स्वतःचे कुलीन ब्राह्मण पुजारी कुळ (तेव्हा बंगालच्या अनेक मंदिरांवर नियंत्रण होते) आणि त्यांच्या पुजारी अतिरेकांवर हल्ला केला. कुलीन अतिरेकांमध्ये सती (विधवांचे सह-अंत्यसंस्कार), बहुपत्नीत्व, बालविवाह आणि हुंडा यांचा समावेश होतो. उद्धरण आवश्यक

1819 पासून, राम मोहनची बॅटरी विल्यम केरी, सेरामपूरमध्ये स्थायिक झालेले बाप्टिस्ट मिशनरी आणि सेरामपूर मिशनरी यांच्या विरोधात वाढत गेली. द्वारकानाथच्या कृपेने, त्याने बाप्टिस्ट "ट्रिनिटेरिअन" ख्रिश्चन धर्माविरुद्ध अनेक हल्ले सुरू केले आणि आता ख्रिश्चन धर्माच्या एकतावादी गटाने त्यांच्या धर्मशास्त्रीय वादविवादांमध्ये त्यांना बरीच मदत केली.

1828 मध्ये त्यांनी देवेंद्रनाथ टागोर यांच्यासोबत ब्राह्मोसभा सुरू केली. 1828 पर्यंत ते भारतातील एक प्रसिद्ध व्यक्ती बनले होते. 1830 मध्ये, तो मुघल सम्राट, अकबर शाह II चा दूत म्हणून इंग्लंडला गेला होता, ज्याने त्याला राजा विल्यम IV च्या दरबारात राजा ही पदवी दिली. उद्धरण आवश्यक

मध्य "ब्राह्मो" कालावधी (1820-1830)

राम मोहन यांचा हा सर्वात वादग्रस्त काळ होता. शिवनाथ शास्त्री त्यांच्या प्रकाशित कामांवर भाष्य करताना लिहितात: 29

"1820 ते 1830 हा काळ साहित्यिक दृष्टिकोनातूनही घटनात्मक होता, जो त्या काळातल्या त्याच्या प्रकाशनांच्या खालील यादीतून दिसून येईल:

ख्रिश्चन पब्लिकला दुसरे आवाहन, ब्राह्मणी मासिक – भाग I, II आणि III, बंगाली भाषांतरासह आणि 1821 मध्ये संवाद कौमुदी नावाचे नवीन बंगाली वृत्तपत्र;

मिरत-उल-अकबर नावाच्या पर्शियन पेपरमध्ये प्राचीन स्त्री हक्कांवर संक्षिप्त टिप्पणी नावाची पत्रिका आणि 1822 मध्ये चार प्रश्नांची उत्तरे नावाचे बंगालीमधील पुस्तक होते;

ख्रिश्चन जनतेला तिसरे आणि अंतिम आवाहन, प्रेसच्या स्वातंत्र्याच्या विषयावर इंग्लंडच्या राजाचे स्मारक, ख्रिश्चन विवादाशी संबंधित रामडॉस पेपर्स, ब्राह्मणी मासिक, क्रमांक IV, इंग्रजी शिक्षण या विषयावर लॉर्ड अर्नहर्स्टला पत्र , "विनम्र सूचना" नावाची पत्रिका आणि बंगाली भाषेत "पाथ्यप्रदान किंवा आजारी औषध" हे पुस्तक 1823 मध्ये;

1824 मध्ये रेव्ह. एच. वेअर यांना "भारतातील ख्रिश्चन धर्माच्या संभावना" आणि "दक्षिण भारतातील दुष्काळग्रस्त स्थानिकांसाठी आवाहन" या विषयावर एक पत्र;

1825 मध्ये उपासनेच्या विविध पद्धतींवर एक पत्रिका;

1826 मध्ये देव-प्रेमळ गृहस्थाच्या पात्रतेवर बंगाली पत्रिका, कायस्थांशी झालेल्या वादावर बंगाली भाषेतील पत्रिका आणि इंग्रजीत बंगाली भाषेचे व्याकरण;

1827 मध्ये "गायत्रीद्वारे दैवी पूजा" या विषयावरील संस्कृत पत्रिका, त्याच इंग्रजी भाषांतरासह, जातीच्या विरोधात संस्कृत ग्रंथाची आवृत्ती आणि 1827 मध्ये "हिंदूचे उत्तर &c." नावाची पूर्वी लक्षात आलेली पत्रिका;

दैवी उपासनेचा एक प्रकार आणि 1828 मध्ये त्याने आणि त्याच्या मित्रांनी रचलेल्या स्तोत्रांचा संग्रह;

इंग्रजी आणि संस्कृतमध्ये "पवित्र प्राधिकरणांवर स्थापित धार्मिक सूचना", "अनुस्थान" नावाची बंगाली पत्रिका आणि 1829 मध्ये

सतीच्या विरोधात याचिका;

संसदेने सुधारणा विधेयक मंजूर करण्यात अयशस्वी झाल्यास ब्रिटिश साम्राज्यातून स्थलांतरित होईल असे त्यांनी जाहीरपणे जाहीर केले.

1830 मध्ये, राम मोहन रॉय यांनी मुघल साम्राज्याचे राजदूत म्हणून युनायटेड किंग्डमला प्रवास केला, जेणेकरून लॉर्ड विल्यम बेंटिकचे बंगाल सती नियमन, 1829 सती प्रथेवर बंदी घालण्यात आलेली बंदी रद्द केली जाऊ नये. शिवाय, रॉयने राजाला मुघल सम्राटाचा भत्ता आणि अनुज्ञेय वाढवण्याची विनंती केली. ब्रिटीश सरकारला मुघल सम्राटाच्या वेतनात £३०,००० ने वाढ करण्यात ते यशस्वी झाले. त्यांनी फ्रान्सलाही भेट दिली. इंग्लंडमध्ये असताना त्यांनी सांस्कृतिक देवाणघेवाण, संसद सदस्यांच्या भेटीगाठी आणि भारतीय अर्थशास्त्र आणि कायद्यावरील पुस्तके प्रकाशित केली. सोफिया डॉब्सन कोलेट त्यावेळी त्यांची चरित्रकार होती.

27 सप्टेंबर 1833 रोजी ब्रिस्टलच्या ईशान्येकडील गाव (आताचे उपनगर) स्टेपलटन येथे मेनिंजायटीसमुळे त्यांचे निधन झाले आणि दक्षिण ब्रिस्टलमधील अर्नोस व्हॅले स्मशानभूमीत त्यांचे दफन करण्यात आले.

धार्मिक सुधारणा

1964 च्या भारताच्या तिकिटावर राम मोहन रॉय

राजनारायण बसू 30 यांनी स्पष्ट केलेल्या ब्राह्मो समाजाच्या काही समजुतींमध्ये रॉयच्या धार्मिक सुधारणांचा समावेश आहे:

ब्राह्मो समाजाचा असा विश्वास आहे की ब्राह्मोइझमचे सर्वात मूलभूत सिद्धांत हे प्रत्येक धर्माच्या आधारावर आहे ज्याचे पालन मनुष्याने केले आहे.

ब्राह्मोसमाज एका सर्वोच्च देवाच्या अस्तित्वावर विश्वास ठेवतो - "एक देव, त्याच्या स्वभावाप्रमाणेच एक वेगळे व्यक्तिमत्व आणि नैतिक गुणांनी संपन्न, आणि विश्वाचा लेखक आणि संरक्षक यांना योग्य बुद्धिमत्ता" आणि केवळ त्याचीच उपासना करतो.

ब्राह्मोसमाजाचा असा विश्वास आहे की त्याच्या उपासनेला निश्चित स्थान किंवा वेळेची आवश्यकता नाही. "आम्ही कधीही आणि कोणत्याही ठिकाणी त्याची आराधना करू शकतो, जर ती वेळ आणि ती जागा मनाची रचना करण्यासाठी आणि त्याच्याकडे निर्देशित करण्यासाठी मोजली जाते."

कुराण, वेद आणि उपनिषदांचा अभ्यास केल्यावर, रॉय यांच्या श्रद्धा हिंदू धर्म, इस्लाम, अठराव्या शतकातील देववाद, एकतावाद आणि फ्रीमेसनच्या कल्पनांच्या संयोगातून निर्माण झाल्या होत्या.

सामाजिक सुधारणा

रॉय यांनी सामाजिक दुष्कृत्यांशी लढा देण्यासाठी आणि भारतातील सामाजिक आणि शैक्षणिक सुधारणांचा प्रचार करण्यासाठी आत्मीय सभा आणि एकतावादी समुदायाची स्थापना केली. अंधश्रद्धेविरुद्ध लढा देणारा, भारतीय शिक्षणाचा आद्यप्रवर्तक आणि बंगाली गद्य आणि भारतीय पत्रकारितेतील ट्रेंड सेटर असा तो माणूस होता.

सती, बहुपत्नीत्व, बालविवाह आणि जातिव्यवस्थेसारख्या हिंदू प्रथांविरुद्ध धर्मयुद्ध.

महिलांना मालमत्ता वारसा हक्काची मागणी केली.

1828 मध्ये, त्यांनी ब्राह्मो सभा स्थापन केली, सामाजिक दुष्प्रवृत्तींविरुद्ध लढण्यासाठी सुधारणावादी बंगाली ब्राह्मणांची चळवळ.

रॉयची राजकीय पार्श्वभूमी आणि देवंद्र ख्रिश्चन प्रभावामुळे हिंदू धर्मातील सुधारणांबाबत त्यांच्या सामाजिक आणि धार्मिक विचारांवर प्रभाव पडला. तो लिहितो,

हिंदूंची सध्याची व्यवस्था त्यांच्या राजकीय हितसंबंधांना चालना देण्यासाठी योग्य ठरलेली नाही.... किमान त्यांच्या राजकीय फायद्यासाठी आणि सामाजिक सोयीसाठी त्यांच्या धर्मात काही बदल होणे आवश्यक आहे.

रॉय यांच्या ब्रिटीश सरकारसोबत काम करण्याच्या अनुभवाने त्यांना हे शिकवले की हिंदू परंपरा बहुधा पाश्चात्य मानकांनुसार विश्वासार्ह किंवा त्यांचा आदर करत नाहीत आणि त्यामुळे त्यांच्या

धार्मिक सुधारणांवर परिणाम झाला यात शंका नाही. "हिंदू धर्माला विकृत करणाऱ्या अंधश्रद्धाळू प्रथांचा त्याच्या हुकूमांच्या शुद्ध आत्म्याशी काहीही संबंध नाही" हे सिद्ध करून त्याला हिंदू परंपरांना कायदेशीर मान्यता द्यायची होती. सती, जातीय कठोरता, बहुपत्नीत्व आणि बालविवाह यांचा समावेश होतो. 34 ब्रिटीश अधिकाऱ्यांनी भारतीय राष्ट्रावर नैतिक श्रेष्ठतेचा दावा केल्यामुळे या पद्धती अनेकदा होत्या. राम मोहन रॉय यांच्या धर्माच्या कल्पनांनी ब्रिटीशांनी सांगितलेल्या ख्रिश्चन आदर्शांप्रमाणेच मानवतावादी कार्यपद्धती लागू करून एक निष्पक्ष आणि न्याय्य समाज निर्माण करण्याचा प्रयत्न केला आणि अशा प्रकारे ख्रिश्चन जगाच्या दृष्टीने हिंदू धर्माला कायदेशीर मान्यता देण्याचा प्रयत्न केला.

शिक्षणतज्ञ

रॉय यांचा विश्वास होता की शिक्षण हे सामाजिक सुधारणेचे साधन आहे.

१८१७ मध्ये डेव्हिड हेअरच्या सहकार्याने त्यांनी कलकत्ता येथे हिंदू कॉलेजची स्थापना केली.

1822 मध्ये, रॉय यांनी अँग्लो-हिंदू शाळा शोधली, त्यानंतर चार वर्षांनंतर (1826) वेदांत कॉलेज; जिथे त्यांनी एकेश्वरवादी शिकवणींच्या शिकवणींचा "आधुनिक, पाश्चात्य अभ्यासक्रम" मध्ये समावेश करावा असा आग्रह धरला. 35

1830 मध्ये, त्यांनी रेव्ह. अलेक्झांडर डफ यांना जनरल असेंब्लीची संस्था (आता स्कॉटिश चर्च कॉलेज म्हणून ओळखले जाते) स्थापन करण्यात मदत केली, त्यांना ब्रह्मा सभेने रिकामी केलेली जागा देऊन आणि विद्यार्थ्यांची पहिली तुकडी मिळवून दिली.

त्यांनी भारतीय शिक्षणात पाश्चात्य शिक्षणाचा समावेश करण्याचे समर्थन केले.

पाश्चात्य आणि भारतीय शिक्षणाचे संश्लेषण म्हणून त्यांनी वेदांत महाविद्यालयाची स्थापना केली.

संवाद कौमुदी हे त्यांचे सर्वात लोकप्रिय जर्नल होते. त्यात प्रेसचे स्वातंत्र्य, भारतीयांना उच्च पदावर सेवेत समाविष्ट करणे आणि

कार्यपालिका आणि न्यायपालिका वेगळे करणे यासारख्या विषयांचा समावेश होता.

इंग्लिश ईस्ट इंडिया कंपनीने जेव्हा प्रेसची मुस्कटदाबी केली तेव्हा राम मोहनने याच्या विरोधात अनुक्रमे १८२९ आणि १८३० मध्ये दोन स्मारके रचली.

अर्नोस व्हॅले येथे समाधी

राम मोहन रॉय यांच्या समाधीवरील एपिटाफ

इंग्लंडमधील ब्रिस्टल येथील अर्नोच्या वेले स्मशानभूमीत राम मोहन रॉय यांची समाधी

राम मोहन रॉय यांचे मूळतः 18 ऑक्टोबर 1833 रोजी स्टेपलटन ग्रोव्हच्या मैदानात दफन करण्यात आले होते, जिथे त्यांचा 27 सप्टेंबर 1833 रोजी मेनिंजायटीसमुळे मृत्यू झाला होता. साडेनऊ वर्षांनंतर त्यांना 29 मे 1843 रोजी नवीन अर्नोस व्हॅले येथील थडग्यात दफन करण्यात आले. स्मशानभूमी, ब्रिसलिंग्टन, पूर्व ब्रिस्टल. द सेरेमोनिअल वे वर एक मोठा भूखंड विल्यम कार आणि विल्यम प्रिन्सेप यांनी विकत घेतला होता आणि त्यातील लाखात मृतदेह आणि एक शिशाची शवपेटी नंतर जमिनीखाली सात फूट खोल विटांनी बांधलेल्या व्हॉल्टमध्ये ठेवण्यात आली होती. यानंतर दोन वर्षांनी, द्वारकानाथ टागोर यांनी या तिजोरीच्या वर उभारलेल्या छत्रीसाठी पैसे देण्यास मदत केली, जरी त्यांनी कधीही ब्रिस्टलला भेट दिल्याची कोणतीही नोंद नाही. छत्रीची रचना विल्यम प्रिन्सेप या कलाकाराने केली होती, जो कलकत्त्यात राम मोहनला ओळखत होता. उद्धरण आवश्यक

ब्रिस्टल अर्नोस व्हॅले स्मशानभूमीत दरवर्षी 27 सप्टेंबर रोजी त्यांच्या पुण्यतिथीच्या दिवशी राजा राम मोहन रॉय यांच्या स्मरण सेवांचे आयोजन केले जाते. 36 लंडन येथील भारतीय उच्चायुक्तालय राजाच्या वार्षिक स्मरणार्थ अनेकदा येतात. ब्रिस्टलचे लॉर्ड मेयरही उपस्थित राहणार आहेत. स्मरणोत्सव ही एक संयुक्त ब्राह्मो-एकतावादी सेवा आहे, ज्यामध्ये प्रार्थना आणि स्तोत्रे गायली जातात, समाधीवर फुले घातली जातात आणि राजाचे जीवन भाषण आणि दृश्य सादरीकरणाद्वारे साजरे केले जाते. 37 2013 मध्ये, राम मोहनचा

नुकताच सापडलेला हस्तिदंती प्रतिमा प्रदर्शित करण्यात आला. 36 38 2014 मध्ये, एडिनबर्ग येथे त्याचा मूळ मृत्यू मुखवटा चित्रित करण्यात आला आणि त्याच्या इतिहासावर चर्चा करण्यात आली. 39 2017 मध्ये, 24 सप्टेंबर रोजी राजाचा स्मरणोत्सव आयोजित करण्यात आला.

वारसा

रॉय यांच्या इंग्रजी शिक्षणाप्रती बांधिलकी आणि विचारांनी महात्मा गांधी आणि रवींद्रनाथ टागोर यांच्यात वाद निर्माण केला. गांधींनी रॉय यांच्या इंग्रजी शिक्षण आणि विचारांवरील निष्ठेवर आक्षेप घेत त्यांना "पिग्मी" म्हणून ओळखले. टागोर, ज्यांच्या आजोबांनी ब्रिस्टलमध्ये रॉय यांच्या समाधीचे काम केले होते, त्यांनी गांधींच्या मताला नकार देणारे एक पत्र लिहिले, " रॉय यांना भारतीय शहाणपणाचा पूर्ण वारसा होता. तो कधीच पाश्चिमात्य देशाचा शाळकरी मुलगा नव्हता, आणि म्हणून त्यांना मित्र होण्याचा मान होता. पश्चिमेचे." नंतर गांधींनी रॉय यांच्यातील त्यांच्या स्वतःच्या सांस्कृतिक बहुलवादाचा विरोधाभास केला आणि त्यांनी या सुप्रसिद्ध ओळी लिहिल्या:

"माझ्या घराला चारही बाजूंनी भिंत असावी आणि खिडक्या भरलेल्या असाव्यात असे मला वाटत नाही. माझ्या घराबाबत सर्व देशांची संस्कृती शक्य तितक्या मुक्तपणे उधळली जावी अशी माझी इच्छा आहे. पण मी कोणत्याही गोष्टीने माझे पाय उडवण्यास नकार देतो ."

1983 मध्ये, ब्रिस्टलच्या संग्रहालय आणि आर्ट गॅलरीमध्ये राम मोहन रॉय यांच्यावरील पूर्ण-प्रदर्शनाचे आयोजन करण्यात आले होते. हेन्री पेरोनेट ब्रिग्जचे 1831 मधील त्यांचे प्रचंड पोर्ट्रेट अजूनही तेथे लटकले आहे आणि 1873 मध्ये सर मॅक्स मुलर यांच्या भाषणाचा विषय होता. ब्रिस्टलच्या मध्यभागी, कॉलेज ग्रीन येथे, आधुनिक कोलकाता शिल्पकार निरंजन प्रधान यांनी राजाचा पूर्ण आकाराचा कांस्य पुतळा आहे. . ज्योती बसूंनी ब्रिस्टलला भेट दिलेला प्रधान यांचा आणखी एक अर्धपुतळा, ब्रिस्टलच्या सिटी हॉलच्या मुख्य चौकात बसला आहे. उद्धरण आवश्यक

स्टेपलटन येथील पादचारी मार्गाला "राजा राममोहन वॉक" असे नाव देण्यात आले आहे. स्टेपलटन ग्रोव्हच्या बाहेरील पश्चिमेकडील भिंतीवर 1933 चा ब्राह्मो फलक आहे आणि बागेत त्याचे पहिले दफनस्थान रेलिंग आणि ग्रॅनाइट स्मारक दगडाने चिन्हांकित आहे. अर्नोस व्हॅले येथील त्यांची थडगी आणि छत्री इंग्रजी हेरिटेजद्वारे ग्रेड II* ऐतिहासिक स्थळ म्हणून सूचीबद्ध आहेत आणि आज अनेक अभ्यागतांना आकर्षित करतात. उद्धरण आवश्यक

लोकप्रिय संस्कृतीत

रॉयच्या सुधारणांबद्दलचा 1965 चा भारतीय बंगाली भाषेतील राजा राममोहन चित्रपट, बिजॉय बोस दिग्दर्शित आणि मुख्य भूमिकेत बसंता चौधरी अभिनीत.

1988 मध्ये श्याम बेनेगल निर्मित आणि दिग्दर्शित दूरदर्शन मालिका भारत एक खोज मध्ये राजा राम मोहन रॉय यांच्यावरील संपूर्ण एक भाग चित्रित करण्यात आला. ख्यातनाम टीव्ही अभिनेता अनंग देसाई याने उर्मिला भट्ट, टॉम अल्टर आणि रवी झंकाळ याने सहाय्यक कलाकार म्हणून मुख्य भूमिका साकारली होती.

3
ईश्वरचंद्र विद्यासागर

ईश्वरचंद्र विद्यासागर

Social Reformers

Scan for Story Videos - www.itibook.com

ईश्वरचंद्र विद्यासागर CIE (बंगाली: 26 सप्टेंबर 1820 - 29 जुलै 1891), जन्मलेले ईश्वरचंद्र बंद्योपाध्याय, हे भारतीय शिक्षणतज्ज्ञ होते. आणि एकोणिसाव्या शतकातील समाजसुधारक. बंगाली गद्याचे सुलभीकरण आणि आधुनिकीकरण करण्याचे त्यांचे प्रयत्न लक्षणीय होते. त्यांनी बंगाली वर्णमाला आणि प्रकार देखील तर्कसंगत आणि सरलीकृत केले, जे चार्ल्स विल्किन्स आणि पंचानन कर्माकर यांनी 1780 मध्ये पहिले (लाकडी) बंगाली प्रकार कापले तेव्हापासून ते अपरिवर्तित राहिले होते. त्यांना "बंगाली गद्याचे जनक" मानले जाते.

हिंदू विधवा पुनर्विवाहासाठी ते सर्वात प्रमुख प्रचारक होते, त्यांनी तीव्र विरोध असूनही विधानपरिषदेत याचिका दाखल केली होती, ज्यात प्रति याचिका (राधाकांता देब आणि धर्म सभेची) होती ज्यावर जवळपास चारपट स्वाक्षऱ्या होत्या. जरी विधवा पुनर्विवाह हा हिंदू प्रथांचे स्पष्ट उल्लंघन मानला गेला आणि त्याला कट्टर विरोध केला गेला तरीही, लॉर्ड डलहौसीने वैयक्तिकरित्या या विधेयकाला अंतिम रूप दिले आणि हिंदू विधवा पुनर्विवाह कायदा, 1856 मंजूर करण्यात आला.

सोमप्रकाश हे साप्ताहिक वृत्तपत्र द्वारकानाथ विद्याभूषण यांनी १५ नोव्हेंबर १८५८ (१ अग्रहायण १२६५) रोजी सुरू केले. द्वारकानाथ (१८१९-१८८६) हे कलकत्ता येथील संस्कृत महाविद्यालयाचे प्राध्यापक होते. मूळ योजना ईश्वरचंद्र विद्यासागर (1820-1891) यांनी मांडली होती, जो संपादकीय बाबींमध्ये द्वारकानाथांना सल्ला देत राहिले. ते हिंदू फिमेल स्कूलचे सचिव म्हणूनही संबंधित होते जे नंतर बेथून फिमेल स्कूल म्हणून ओळखले जाऊ लागले.

संस्कृत आणि तत्वज्ञानाच्या त्यांच्या पदवीपूर्व अभ्यासात ते इतके प्रवीण होते की कलकत्ता येथील संस्कृत महाविद्यालयाने, जिथे त्यांनी शिक्षण घेतले, त्यांना "विद्यासागर" ("ज्ञानाचा महासागर"; संस्कृतमधून विद्या "ज्ञान" आणि सागर "महासागर") ही सन्माननीय पदवी दिली.

ईश्वरचंद्र बंदोपाध्याय यांचा जन्म एका बंगाली हिंदू ब्राह्मण कुटुंबात ठाकूरदास बंदोपाध्याय आणि भगवती देवी यांच्या पोटी 26 सप्टेंबर 1820 रोजी पश्चिम मेदिनीपूर जिल्ह्यातील (पूर्वीचा अविभाजित मिदनापूर जिल्हा) बिरसिंघा गावात झाला. हे कुटुंब मूळचे सध्याच्या होळ जिल्ह्यातील बनमलीपूर येथील होते. वयाच्या 9 व्या वर्षी ते कलकत्त्याला गेले आणि बुरबाजार येथे भागवत चरणांच्या घरी राहू लागले, जिथे ठाकूरदास आधीच काही वर्षे राहत होते. भागवतच्या मोठ्या कुटुंबात ईश्वराला आराम वाटला आणि काही वेळात तो आरामात स्थायिक झाला. भागबतांची धाकटी कन्या रायमोनीच्या ईश्वराप्रती असलेल्या मातृत्वाच्या आणि प्रेमळ भावनांनी त्यांना मनापासून स्पर्श केला आणि भारतातील स्त्रियांच्या दर्जाच्या उन्नतीसाठी त्यांच्या नंतरच्या क्रांतिकारी कार्यावर त्यांचा प्रभाव पडला.

त्याचा ज्ञानाचा शोध इतका तीव्र होता की तो रस्त्यावरच्या दिव्याखाली अभ्यास करत असे कारण त्याला घरी गॅसचा दिवा लावणे शक्य नव्हते १२ त्याने सर्व परीक्षा उत्कृष्ठतेने आणि पटकन उत्तीर्ण केल्या. त्यांच्या शैक्षणिक कामगिरीबद्दल त्यांना अनेक शिष्यवृत्ती देण्यात आल्या. स्वतःचा व कुटुंबाचा उदरनिर्वाह करण्यासाठी ईश्वरचंद्र यांनी जोरशांको येथे अर्धवेळ अध्यापनाची नोकरीही स्वीकारली.

ईश्वरचंद्र यांनी कलकत्ता येथील संस्कृत महाविद्यालयात प्रवेश घेतला आणि तेथे बारा वर्षे शिक्षण घेतले आणि १८४१ मध्ये संस्कृत व्याकरण, साहित्य, द्वंद्वशास्त्र अलंकार शास्त्र , वेदांत, स्मृती आणि खगोलशास्त्र या विषयांत पात्रता मिळवून पदवी प्राप्त केली १ प्रथेप्रमाणे त्यानंतर ईश्वरचंद्रांनी विवाह केला. वय चौदा. त्यांच्या पत्नीचे नाव दिनमयी देवी होते. नारायणचंद्र बंद्योपाध्याय हे त्यांचे एकुलते एक पुत्र होते.

1839 मध्ये, ईश्वरचंद्र विद्यासागर यांनी संस्कृत कायद्याची परीक्षा यशस्वीपणे पास केली. 1841 मध्ये वयाच्या एकविसाव्या वर्षी ईश्वरचंद्र फोर्ट विल्यम कॉलेजमध्ये संस्कृत विभागाचे प्रमुख म्हणून रुजू झाले.

पाच वर्षांनंतर १८४६ मध्ये विद्यासागर फोर्ट विल्यम कॉलेज सोडून संस्कृत कॉलेजमध्ये 'सहायक सचिव' म्हणून रुजू झाले. सेवेच्या पहिल्या वर्षात ईश्वरचंद्र यांनी विद्यमान शिक्षण पद्धतीत अनेक बदल करण्याची शिफारस केली. या अहवालावरून ईश्वरचंद्र आणि कॉलेजचे सचिव रासोमोय दत्ता यांच्यात गंभीर बाचाबाची झाली. 1849 मध्ये, त्यांनी रासोमय दत्ता यांच्या सल्ल्याविरुद्ध, संस्कृत महाविद्यालयाचा राजीनामा दिला आणि फोर्ट विल्यम महाविद्यालयात मुख्य लिपिक म्हणून पुन्हा प्रवेश घेतला.

विधवा पुनर्विवाह कायदा

मुख्य लेखः विधवा पुनर्विवाह कायदा

विद्यासागर यांनी भारतातील, विशेषतः त्यांच्या मूळ बंगालमध्ये महिलांच्या स्थितीच्या उन्नतीसाठी चॅम्पियन केले. इतर काही सुधारकांच्या विपरीत ज्यांनी पर्यायी समाज किंवा व्यवस्था स्थापन करण्याचा प्रयत्न केला, त्यांनी समाजात आतून परिवर्तन करण्याचा प्रयत्न केला.

हे वाईट वागणूक सहन न झाल्याने यातील अनेक मुली पळून जाऊन स्वतःचा उदरनिर्वाह करण्यासाठी वेश्याव्यवसायाकडे वळतात. गंमत म्हणजे, शहरातील आर्थिक सुबत्ता आणि भव्य जीवनशैलीमुळे त्यांच्यापैकी अनेकांना समाजाच्या मान्यतेतून बाहेर पडल्यानंतर

आणि डेमी-मॉन्डमध्ये गेल्यावर यशस्वी करिअर करणे शक्य झाले. 1853 मध्ये कलकत्त्यात 12,700 वेश्या आणि सार्वजनिक स्त्रिया असल्याचा अंदाज होता. पुष्कळ विधवांना आपले मुंडन करावे लागले आणि पांढऱ्या साड्या घालाव्या लागल्या, असे समजले जाते की पुरुषांचे लक्ष परावृत्त करावे. त्यांनी दुःखदायक जीवन व्यतीत केले, जे विद्यासागर यांना अन्यायकारक वाटले आणि ते बदलण्याचा प्रयत्न केला.

उच्च वर्गाच्या पलीकडे शिक्षणाचा प्रसार

1854 च्या वुडच्या पाठवण्याने - भारतीय शिक्षणाचा मॅग्ना कार्टा मानला जातो - 'मास एज्युकेशन'साठी नवीन धोरण स्वीकारले. आतापर्यंत शिक्षणासाठी अधिकृत लक्ष लोकसंख्येच्या उच्च वर्गावर होते. 'डाऊनवर्ड फिल्ट्रेशन थिअरी' असे नाव देण्यात आले आहे, याचा अर्थ असा होतो की शिक्षण नेहमीच समाजातील उच्च वर्गापासून सामान्य लोकांपर्यंत खाली फिल्टर करते.

1859 मध्ये, सरकारच्या शैक्षणिक धोरणाने "खालच्या लोकांमध्ये स्थानिक प्राथमिक शिक्षणाचा प्रसार" हा पुनरुच्चार केला. यावर विद्यासागर यांनी 29 सप्टेंबर 1859 रोजी बंगालचे लेफ्टनंट गव्हर्नर जॉन पीटर ग्रँट यांना एक पत्र लिहून त्यांची धारणा अधोरेखित केली:

उच्च वर्गाच्या शिक्षणासाठी पुरेसे केले गेले आहे आणि आता जनतेच्या शिक्षणाकडे लक्ष द्यायला हवे, अशी धारणा येथे आणि इंग्लंडमध्ये निर्माण झालेली दिसते... तथापि, या प्रकरणाची चौकशी केली जाईल. , गोष्टींची खूप वेगळी स्थिती दाखवा. बंगालमध्ये शिक्षणाचा प्रसार करण्याचे एकमेव व्यवहार्य साधन नसले तरी सरकारने, माझ्या नम्र मते, सर्वसमावेशक स्तरावर उच्च वर्गाच्या शिक्षणापर्यंतच मर्यादित ठेवले पाहिजे.

बंगाली भाषेतील "उच्च वर्ग" या शब्दांमध्ये जातीशिवाय दुसरे काहीही लागू होत नाही जे एखाद्या व्यक्तीला जन्माने शिक्षणाचा विशेषाधिकार देते किंवा काढून घेते. अशाप्रकारे, विद्यासागर यांनी स्पष्टपणे शिक्षण "उच्च वर्ग"पुरते मर्यादित ठेवण्याचा सल्ला दिला.

तत्पूर्वी 1854 मध्ये, कलकत्ता येथील संस्कृत महाविद्यालयात बंगालच्या सुवर्णकार जातीतील एका धनाढ्य व्यक्तीच्या प्रवेशावर विद्यासागर यांनी खिल्ली उडवली होती. त्यांचा युक्तिवाद असा होता की "जातींच्या प्रमाणात, वर्ग (सुवर्णकार किंवा सुबर्णबनिक) खूप कमी आहे". उल्लेखनीय म्हणजे, विद्यासागर यांचे चरित्रकार संजीब चट्टोपाध्याय यांनी उघड केले की, ईश्वरचंद्र यांनी त्यांचे प्राथमिक शिक्षण कलकत्ता येथील सुवर्णकार जातीतील श्रीमंत व्यक्ती शिबचरण मल्लिक यांनी स्थापन केलेल्या व देखभाल केलेल्या शाळेत सुरू केले.

विद्यासागर सांताल परगण्यातील

जामतारा जिल्हा मुख्यालयापासून सुमारे 20 किमी अंतरावर असलेल्या करमतर या निद्रिस्त वस्तीशी ईश्वरचंद्र विद्यासागर यांचा प्रदीर्घ सहवास राज्यातील जनतेला विसरल्याचे दिसून येत आहे.

विद्यासागर 1873 मध्ये करमातर येथे आले आणि त्यांनी आपल्या आयुष्यातील 18 वर्षांपेक्षा जास्त काळ येथे घालवला. त्यांनी त्यांच्या घराच्या आवारात मुलींची शाळा आणि प्रौढांसाठी रात्रशाळा उभारली होती, ज्याला ते नंदन कानन म्हणत. या वंचित आदिवासी लोकांना काही वैद्यकीय सेवा देण्यासाठी त्यांनी मोफत होमिओपॅथी क्लिनिक देखील उघडले.

त्यांच्या मृत्यूनंतर नंदन कानन, विद्यासागर यांचे निवासस्थान त्यांच्या मुलाने कोलकाता येथील मल्लिक कुटुंबाला विकले. नंदन कानन बंगाली असोसिएशनचे विघटन होण्यापूर्वी 29 मार्च 1974 रोजी बिहारने प्रत्येकी एक रुपयाच्या घरोघरी जमा केलेल्या पैशाने ते विकत घेतले. विद्यासागर यांच्या नावावर असलेली कन्या शाळा पुन्हा सुरू करण्यात आली आहे. मोफत होमिओपॅथिक क्लिनिक स्थानिक लोकांना सेवा देत आहे. विद्यासागर यांचे घर मूळ आकारात ठेवण्यात आले आहे. विद्यासागर यांनी स्वतः वापरलेली 141 वर्षे जुनी 'पालखी' ही सर्वात मौल्यवान मालमत्ता आहे.

झारखंड सरकारने 26 सप्टेंबर 2019 रोजी थोर समाजसुधारकाच्या जयंतीनिमित्त जामतारा जिल्ह्याच्या कर्मतांड ब्लॉकला ईश्वरचंद्र विद्यासागर ब्लॉक असे नाव दिले.

"जामताराचा कर्मतांड प्रखंड (ब्लॉक) ही समाजसुधारक आणि स्त्री शिक्षणाचे खंबीर समर्थक ईश्वरचंद्र विद्यासागर यांची 'कर्मभूमी' (कार्यभूमी) होती. आता हा ब्लॉक ईश्वरचंद्र विद्यासागर प्रखंड म्हणून ओळखला जाईल" उद्धरण आवश्यक

ते हिंदू स्त्री विद्यालयाचे सचिव देखील होते जे नंतर बेथुन स्त्री विद्यालय म्हणून ओळखले जाऊ लागले. उद्धरण आवश्यक

रामकृष्णांशी भेट झाली

सनातनी हिंदू ब्राह्मण कुटुंबात जन्मले असले तरी विद्यासागर त्यांच्या दृष्टिकोनात उदारमतवादी होते. तसेच, ते उच्च शिक्षित होते आणि ओरिएंटल विचार आणि कल्पनांनी प्रभावित होते. याउलट रामकृष्ण यांचे औपचारिक शिक्षण नव्हते. तरीही त्यांच्यात छान नातं होतं. रामकृष्ण जेव्हा विद्यासागरांना भेटले तेव्हा त्यांनी विद्यासागरांची बुद्धीचा सागर अशी स्तुती केली. विद्यासागर यांनी विनोद केला की रामकृष्णाने त्या समुद्राचे काही प्रमाणात खारट पाणी गोळा केले असावे. परंतु, रामकृष्णाने, अत्यंत नम्रतेने आणि आदराने उत्तर दिले की, सामान्य समुद्राचे पाणी खारट असू शकते, परंतु शहाणपणाच्या समुद्राचे पाणी नाही.

प्रशंसा

1970 च्या भारताच्या शिक्क्यावरील ईश्वरचंद्र विद्यासागर

विद्यासागर यांच्या मृत्यूनंतर लवकरच, रवींद्रनाथ टागोर यांनी त्यांच्याबद्दल आदरपूर्वक लिहिले: "चाळीस दशलक्ष बंगाली निर्माण करण्याच्या प्रक्रियेत देवाने एक माणूस कसा निर्माण केला हे आश्चर्यचकित आहे!"

मृत्यूनंतर, त्याचे अनेक प्रकारे स्मरण केले जाते, त्यापैकी काही समाविष्ट आहेत:

2004 मध्ये, विद्यासागर बीबीसीच्या सर्वकालीन महान बंगाली सर्वेक्षणात 9 व्या क्रमांकावर होते.

विवेक आणि धैर्य ही विद्यासागर यांच्या व्यक्तिरेखेची वैशिष्ट्ये होती आणि ते निश्चितच त्यांच्या काळाच्या पुढे होते. त्यांच्या विद्वत्ता आणि सांस्कृतिक कार्याची दखल घेऊन सरकारने 1877 मध्ये

विद्यासागर यांना भारतीय साम्राज्याचे सहकारी (CIE) म्हणून नियुक्त केले २६ आयुष्याच्या शेवटच्या वर्षांत, त्यांनी आपले दिवस भारतातील एक जुनी जमात "संथाल" मध्ये घालवायचे ठरवले.

इंडियन पोस्टने 1970 आणि 1998 मध्ये विद्यासागर दर्शविणारी तिकिटे जारी केली.

4
सावित्रीबाई फुले

सावित्रीबाई फुले

Social Reformers

Scan for Story Videos - www.itibook.com

सावित्रीबाई ज्योतिराव फुले जी (३ जानेवारी १८३१ - १० मार्च १८९७) महाराष्ट्रातील एक भारतीय समाजसुधारक, शिक्षणतज्ज्ञ आणि कवयित्री होत्या. आपल्या पतीसह, महाराष्ट्रात, त्यांनी भारतातील महिलांचे अधिकार सुधारण्यात महत्त्वपूर्ण आणि महत्त्वपूर्ण भूमिका बजावली. त्या भारताच्या स्त्रीवादी चळवळीच्या प्रणेत्या मानल्या जातात. सावित्रीबाई आणि त्यांचे पती यांनी 1848 मध्ये भिडे वाडा येथे पुण्यातील पहिल्या आधुनिक भारतीय मुलींच्या शाळेची स्थापना केली. महाराष्ट्रातील सामाजिक सुधारणा चळवळीतील एक महत्त्वाची व्यक्ती म्हणून त्या ओळखल्या जातात.

एक परोपकारी आणि शिक्षणतज्ञ, सावित्रीबाई याही एक विपुल मराठी लेखिका होत्या.

सावित्रीबाई फुले यांचा जन्म 3 जानेवारी 1831 रोजी महाराष्ट्रातील सातारा जिल्ह्यातील नायगाव या गावात झाला. तिचे जन्मस्थान शिरवळपासून सुमारे पंधरा किमी (9.3 मैल) आणि पुण्यापासून सुमारे 50 किमी (31 मैल) होते. सावित्रीबाई फुले या लक्ष्मी आणि खंडोजी नेवासे पाटील यांच्या धाकट्या कन्या होत्या, त्या दोघीही माळी

समाजातील होत्या. तिला तीन भावंडे होती. 5 सावित्रीबाईंचे लग्न त्यांचे पती ज्योतिराव फुले यांच्याशी वयाच्या ९ किंवा १० व्या वर्षी (ते १३ वर्षांचे होते) झाले. सावित्रीबाई आणि ज्योतिराव यांना स्वतःची मुले नव्हती. ब्राह्मण विधवेच्या पोटी जन्मलेला मुलगा यशवंतरावांना त्यांनी दत्तक घेतल्याचे सांगितले जाते. तथापि, याचे समर्थन करण्यासाठी अद्याप कोणतेही मूळ पुरावे उपलब्ध नाहीत. यशवंत जेव्हा लग्न करणार होते तेव्हा विधवेच्या पोटी जन्माला आल्याने कोणीही त्याला मुलगी द्यायला तयार नव्हते असे म्हणतात. त्यामुळे सावित्रीबाईंनी फेब्रुवारी १८८९ मध्ये आपल्या संस्थेचे कार्यकर्ता डायनोबा ससाणे यांच्या मुलीशी त्यांचे लग्न लावून दिले.

शिक्षण

लग्नाच्या वेळी सावित्रीबाई निरक्षर होत्या. ज्योतिरावांनी सावित्रीबाई आणि सगुणाबाई शिरसागर या त्यांच्या चुलत बहिणीला त्यांच्या शेतात काम करण्याबरोबरच त्यांच्या घरी शिक्षण दिले. ज्योतिरावांसोबत तिचे प्राथमिक शिक्षण पूर्ण केल्यानंतर, तिच्या पुढील शिक्षणाची जबाबदारी त्यांचे मित्र सखाराम यशवंत परांजपे आणि केशव शिवराम भवाळकर यांच्यावर होती. अतिरिक्त दाखले आवश्यक आहेत तिने दोन शिक्षकांच्या प्रशिक्षण कार्यक्रमातही नाव नोंदवले; पहिला अभ्यासक्रम अहमदनगर येथील अमेरिकन मिशनरी सिंथिया फरार यांनी चालवलेल्या संस्थेत होता आणि दुसरा अभ्यासक्रम पुण्यातील नॉर्मल स्कूलमध्ये होता. तिचे प्रशिक्षण पाहता, सावित्रीबाई या पहिल्या भारतीय महिला शिक्षिका आणि मुख्याध्यापिका झाल्या असतील.

करिअर

शिक्षिकेचे शिक्षण पूर्ण केल्यानंतर सावित्रीबाई फुले यांनी पुण्यातील महारवाड्यात मुलींना शिकवायला सुरुवात केली. तिने सगुणाबाई क्षीरसागर यांच्यासोबत असे केले जे क्रांतिकारी स्त्रीवादी तसेच ज्योतिरावांच्या मार्गदर्शक होत्या. भिडे वाडा हे तात्यासाहेब भिडे यांचे घर होते, जे या तिघांच्या कार्याची प्रेरणा होती. भिडे वाडा येथील अभ्यासक्रमात गणित, विज्ञान आणि सामाजिक अभ्यास या पारंपारिक पाश्चात्य अभ्यासक्रमाचा समावेश होता. १८५१ च्या अखेरीस

सावित्रीबाई आणि ज्योतिराव फुले पुण्यात मुलींसाठी तीन वेगवेगळ्या शाळा चालवत होते. एकत्रितपणे, तिन्ही शाळांमध्ये अंदाजे एकशे पन्नास विद्यार्थ्यांनी नोंदणी केली होती. अभ्यासक्रमाप्रमाणे, तिन्ही शाळांद्वारे वापरल्या जाणार्‍या शिकवण्याच्या पद्धती सरकारी शाळांमध्ये वापरल्या जाणार्‍या पद्धतींपेक्षा भिन्न होत्या. लेखिका, दिव्या कंडुकुरी यांचा असा विश्वास आहे की फुले पद्धती सरकारी शाळांमध्ये वापरल्या जाणार्‍या पद्धतींपेक्षा श्रेष्ठ मानल्या जात होत्या. या प्रतिष्ठेचा परिणाम म्हणून, फुलेंच्या शाळांमध्ये शिक्षण घेणार्‍या मुलींची संख्या सरकारी शाळांमध्ये प्रवेश घेतलेल्या मुलांच्या संख्येपेक्षा जास्त आहे.

दुर्दैवाने, सावित्रीबाई आणि ज्योतिराव फुले यांच्या यशाला पुराणमतवादी विचारांसह स्थानिक समुदायाकडून मोठ्या प्रमाणात विरोध झाला. कंडुकुरी सांगते की सावित्रीबाई अनेकदा अतिरिक्त साडी घेऊन तिच्या शाळेत जात होत्या कारण तिच्या रूढीवादी विरोधामुळे दगड, शेण आणि शाब्दिक शिवीगाळ केली जात असे. सावित्रीबाई आणि ज्योतिराव फुले हे ज्योतिरावांच्या वडिलांच्या घरी राहत होते. तथापि, 1839 मध्ये, ज्योतिरावांच्या वडिलांनी या जोडप्याला आपले घर सोडण्यास सांगितले कारण मनुस्मृती आणि त्याच्या व्युत्पन्न ब्राह्मणी ग्रंथानुसार त्यांचे कार्य पाप मानले गेले होते.

ज्योतिरावांच्या वडिलांच्या घरातून बाहेर पडल्यानंतर फुले ज्योतिरावांचे एक मित्र उस्मान शेख यांच्या कुटुंबासह राहायला गेले. तिथेच सावित्रीबाईंची फातिमा बेगम शेख नावाची जवळची मैत्रीण आणि सहकारी म्हणून लवकरच भेट झाली. शेख यांच्यावरील प्रमुख विद्वान नसरीन सय्यद यांच्या म्हणण्यानुसार, "फातिमा शेख यांना आधीच वाचन आणि लिहिणे माहित होते, तिचा भाऊ उस्मान जो ज्योतिबाचा मित्र होता, याने फातिमाला शिक्षक प्रशिक्षण अभ्यासक्रमासाठी प्रोत्साहित केले होते. ती सावित्रीबाईंसोबत गेली. नॉर्मल स्कूल आणि ते दोघे एकत्र पदवीधर झाले. त्या भारतातील पहिल्या मुस्लिम महिला शिक्षिका होत्या". फातिमा आणि सावित्रीबाई यांनी 1849 मध्ये शेख यांच्या घरी शाळा उघडली.

1910 मध्ये सावित्रीबाई आणि ज्योतिराव फुले यांनी दोन शैक्षणिक ट्रस्ट स्थापन केले. त्यांचे हक्क होतेः नेटिव्ह, मेल स्कूल, पुणे आणि सोसायटी फॉर प्रमोटिंग द एज्युकेशन ऑफ महार, मांग आणि इट्सेटेरस. या दोन ट्रस्टने सावित्रीबाई फुले आणि नंतर फातिमा शेख यांच्या नेतृत्वाखालील अनेक शाळांचा समावेश केला.

15 सप्टेंबर 1853 रोजी ज्ञानोदय या ख्रिश्चन मिशनरी नियतकालिकाला दिलेल्या मुलाखतीत ज्योतिरावांनी सावित्रीबाई आणि त्यांच्या कार्याचा सारांश दिला, असे म्हटले आहे की,

आईमुळे मुलामध्ये जी सुधारणा होते ती खूप महत्त्वाची आणि चांगली असते, असे माझ्या मनात आले. त्यामुळे ज्यांना या देशाच्या सुख आणि कल्याणाची काळजी आहे त्यांनी महिलांच्या स्थितीकडे नक्कीच लक्ष दिले पाहिजे आणि देशाची प्रगती व्हावी असे वाटत असेल तर त्यांना ज्ञान देण्यासाठी सर्वतोपरी प्रयत्न केले पाहिजेत. या विचाराने मी प्रथम मुलींसाठी शाळा सुरू केली. पण मी मुलींना शिक्षण देत आहे हे माझ्या जातीच्या बांधवांना आवडले नाही आणि माझ्याच वडिलांनी आम्हाला घराबाहेर काढले. शाळेसाठी कोणी जागा द्यायला तयार नव्हते ना आमच्याकडे ती बांधायला पैसे होते. लोक आपल्या मुलांना शाळेत पाठवायला तयार नव्हते पण लहुजी राघ राऊत मांग आणि रानबा महार यांनी आपल्या जातीच्या बांधवांना शिक्षणाचे फायदे पटवून दिले.

तिच्या पतीसोबत तिने वेगवेगळ्या जातीतील मुलांना शिकवले आणि एकूण 18 शाळा उघडल्या. या जोडप्याने गरोदर बलात्कार पीडितांसाठी बालहत्या प्रतिबंधक गृह (शब्दशः, "बाल-हत्या प्रतिबंधक गृह") नावाचे केअर सेंटर देखील उघडले आणि त्यांच्या मुलांची प्रसूती आणि वाचवण्यास मदत केली.

वैयक्तिक जीवन

सावित्रीबाई आणि ज्योतिराव यांना स्वतःची मुले नव्हती. ब्राह्मण विधवेच्या पोटी जन्मलेला मुलगा यशवंतरावांना त्यांनी दत्तक घेतल्याचे सांगितले जाते. तथापि, याचे समर्थन करण्यासाठी अद्याप कोणतेही मूळ पुरावे उपलब्ध नाहीत. यशवंत जेव्हा लग्न करणार होते

तेव्हा विधवेच्या पोटी जन्माला आल्याने कोणीही त्याला मुलगी द्यायला तयार नव्हते असे म्हणतात. त्यामुळे सावित्रीबाईंनी फेब्रुवारी १८८९ मध्ये आपल्या संस्थेचे कार्यकर्ता डायनोबा ससाणे यांच्या मुलीशी त्यांचे लग्न लावून दिले.

मृत्यू

सावित्रीबाई आणि तिचा दत्तक मुलगा यशवंत यांनी 1897 मध्ये नालासोपारा परिसरात बुबोनिक प्लेगच्या जगभरातील तिसऱ्या साथीच्या रोगाने प्रभावित झालेल्यांवर उपचार करण्यासाठी एक क्लिनिक उघडले. पुण्याच्या बाहेरील भागात, संसर्गमुक्त भागात क्लिनिकची स्थापना करण्यात आली. पांडुरंग बाबाजी गायकवाड यांच्या मुलाला वाचवताना सावित्रीबाईंचा वीरतापूर्वक मृत्यू झाला. गायकवाड यांच्या मुलाला मुंढव्याबाहेरील महार वस्तीत प्लेग झाला हे कळताच सावित्रीबाई फुले त्यांच्या पाठीशी धावून गेल्या आणि त्यांना पाठीवर घेऊन रुग्णालयात नेले. या प्रक्रियेत, सावित्रीबाई फुले यांना प्लेगची लागण झाली आणि 10 मार्च 1897 रोजी रात्री 9:00 वाजता त्यांचा मृत्यू झाला.

कविता आणि इतर काम

सावित्रीबाई फुले या लेखिका आणि कवयित्री होत्या. तिने 1854 मध्ये काव्य फुले आणि 1892 मध्ये बावन काशी सुबोध रत्नाकर प्रकाशित केले आणि "जा, शिक्षण मिळवा" नावाची कविता देखील प्रकाशित केली ज्यामध्ये तिने अत्याचारित लोकांना शिक्षण घेऊन स्वतः ला मुक्त करण्यासाठी प्रोत्साहित केले. तिच्या अनुभवाचा आणि कामाचा परिणाम म्हणून ती एक उत्कट स्त्रीवादी बनली. महिलांच्या हक्कांबाबत जागरुकता निर्माण करण्यासाठी त्यांनी महिला सेवा मंडळाची स्थापना केली. त्यांनी महिलांसाठी जातीय भेदभाव किंवा कोणत्याही प्रकारचा भेदभाव मुक्त असलेल्या मेळाव्याचे ठिकाण देखील बोलावले. याचे प्रतीक म्हणजे उपस्थित सर्व महिला एकाच चटईवर बसायच्या. ती भ्रूणहत्या विरोधी कार्यकर्तीही होती. तिने होम फॉर द प्रिव्हेंशन ऑफ इन्फँटीसिटी नावाचे महिला निवारा उघडले, जेथे ब्राह्मण विधवा त्यांच्या मुलांची सुरक्षितपणे प्रसूती करू शकतात

आणि त्यांना हवे असल्यास त्यांना दत्तक घेण्यासाठी तेथे सोडू शकतात. तिने बालविवाहाविरुद्धही मोहीम चालवली आणि विधवा पुनर्विवाहाची वकिली केली. सावित्रीबाई आणि ज्योतिरावांनी सतीप्रथेला कडाडून विरोध केला आणि त्यांनी विधवा आणि वंचित मुलांसाठी घर सुरू केले.

सावित्रीबाईंनी त्यांचे पती ज्योतिराव यांना लिहिलेल्या पत्रात, सावित्रीबाईंनी मध्यस्थी केल्यावर खालच्या जातीतील एका महिलेशी संबंध ठेवल्याबद्दल एका मुलाची त्यांच्या सहकारी गावकऱ्यांकडून हत्या झाल्याची कथा सांगितली. तिने लिहिले, "मला त्यांच्या खुनी योजनेबद्दल कळले. मी घटनास्थळी धाव घेतली आणि त्यांना घाबरवले आणि ब्रिटीश कायद्यानुसार प्रेमींना मारण्याचे गंभीर परिणाम दाखवून दिले. माझे ऐकून त्यांनी त्यांचे मत बदलले".

वारसा

सावित्रीबाई फुले यांचा वारसा आजही जिवंत आहे, मुलींच्या- स्त्री शिक्षणासाठी त्यांनी केलेले कार्य अत्यंत आदरणीय आहे.

बी.आर.आंबेडकर आणि अण्णाभाऊ साठे यांच्यासोबतच फुले हे मागासवर्गीयांसाठी एक आयकॉन बनले आहेत. मानवी हक्क अभियान (मानवी हक्क अभियान, एक मांग-आंबेडकरी संस्था) च्या स्थानिक शाखांमधील महिला १८ त्यांच्या जयंतीला (मराठी आणि इतर भारतीय भाषांमध्ये वाढदिवस) वारंवार मिरवणुका काढतात.

पुणे सिटी कॉर्पोरेशनने 1983 मध्ये तिचे स्मारक तयार केले.

10 मार्च 1998 रोजी फुले यांच्या सन्मानार्थ इंडिया पोस्टने तिकीट प्रसिद्ध केले.

सावित्रीबाईंची जन्मतारीख, ३ जानेवारी हा बालिका दिन (साहित्य.? 'बालिका दिन') म्हणून संपूर्ण महाराष्ट्रात, विशेषतः मुलींच्या शाळांमध्ये साजरा केला जातो. उद्धरण आवश्यक

2015 मध्ये, पुणे विद्यापीठाचे तिच्या सन्मानार्थ सावित्रीबाई फुले पुणे विद्यापीठ असे नामकरण करण्यात आले.

3 जानेवारी 2017 रोजी, सर्च इंजिन गुगलने सावित्रीबाई फुले यांच्या 186 व्या जयंतीनिमित्त गुगल डूडल तयार केले.

लोकप्रिय संस्कृतीत

क्रांतिज्योती सावित्रीबाई फुले, त्यांच्या जीवनावर आधारित भारतीय नाटक टेलिव्हिजन मालिका 2016 मध्ये डीडी नॅशनलवर प्रसारित झाली.

सावित्री ज्योती, सावित्रीबाई फुले आणि ज्योतिबा फुले यांच्या जीवनावर आणि कार्यावर आधारित मराठी नाटक टेलिव्हिजन मालिका 2019-2020 मध्ये सोनी मराठीवर प्रसारित झाली.

सावित्रीबाई फुले, 2018 मध्ये फुले यांच्यावर भारतीय कन्नड भाषेतील बायोपिक बनवण्यात आला.

5
ज्योतिराव फुले

ज्योतिराव फुले

Social Reformers

Scan for Story Videos - www.itibook.com

ज्योतिराव गोविंदराव फुले, ज्यांना महात्मा ज्योतिबा फुले म्हणूनही ओळखले जाते (११ एप्रिल १८२७ - २८ नोव्हेंबर १८९०) हे महाराष्ट्रातील एक भारतीय सामाजिक कार्यकर्ते, विचारवंत, जातीविरोधी समाजसुधारक आणि लेखक होते. अस्पृश्यता आणि जातिव्यवस्थेचे निर्मूलन आणि महिला आणि अत्याचारित जातीच्या लोकांना शिक्षण देण्यासाठी त्यांनी केलेल्या प्रयत्नांसह त्यांचे कार्य अनेक क्षेत्रांमध्ये विस्तारले. ते आणि त्यांची पत्नी सावित्रीबाई फुले हे भारतातील स्त्री शिक्षणाचे प्रणेते होते. फुले यांनी 1848 मध्ये पुण्यात तात्यासाहेब भिडे यांच्या निवासस्थानी किंवा भिडेवाडा येथे मुलींसाठी पहिली शाळा सुरू केली . त्यांनी, त्यांच्या अनुयायांसह, खालच्या जातीतील लोकांना समान हक्क मिळवून देण्यासाठी सत्यशोधक समाज (सत्यशोधक समाज) ची स्थापना केली. सर्व धर्म आणि जातीचे लोक या संघटनेचा भाग बनू शकतात ज्यांनी शोषित वर्गाच्या उत्थानासाठी कार्य केले. महाराष्ट्रातील सामाजिक सुधारणा चळवळीतील एक महत्त्वाची व्यक्ती म्हणून फुले यांची ओळख आहे. 1888 मध्ये महाराष्ट्रीय सामाजिक कार्यकर्ते विठ्ठलराव कृष्णाजी वांदेकर यांनी त्यांना सन्माननीय

महात्मा (संस्कृत: "महान-आत्मा", "पूज्य") ही पदवी बहाल केली.

ज्योतिराव गोविंदराव फुले यांचा जन्म पुणे येथे १८२७ मध्ये माळी जातीतील एका कुटुंबात झाला. माली लोक पारंपारिकपणे फळे आणि भाजीपाला उत्पादक म्हणून काम करत होते: जातीच्या पदानुक्रमाच्या चौपट वर्ण व्यवस्थेमध्ये, त्यांना शूद्र किंवा सर्वात खालच्या दर्जाच्या गटामध्ये ठेवण्यात आले होते. फुले यांचे नाव देव ज्योतिबाच्या नावावरून ठेवण्यात आले. ज्योतिबाच्या वार्षिक जत्रेच्या दिवशी त्यांचा जन्म झाला. फुले यांचे कुटुंब, ज्याचे पूर्वी नाव गोर्हे होते, त्याचे मूळ सातारा शहराजवळील कटगुण गावात होते. फुले यांचे पणजोबा, ज्यांनी तेथे चौघुला म्हणून काम केले होते, किंवा कमी दर्जाचे गाव अधिकारी, पुणे जिल्ह्यातील खानवाडी येथे गेले. तेथे त्याचा एकुलता एक मुलगा शेटीबा याने कुटुंबाला गरिबीत आणले. तीन मुलांसह कुटुंब नोकरीच्या शोधात पूना येथे गेले. मुलांना एका फुलवालाच्या पंखाखाली नेण्यात आले ज्याने त्यांना व्यापाराची रहस्ये शिकवली. त्यांची वाढ आणि मांडणी यातील प्रवीणता सर्वज्ञात झाली आणि त्यांनी गोर्हेच्या जागी फुले (फूल-पुरुष) हे नाव धारण केले. शाही दरबारातील धार्मिक विधी आणि समारंभांसाठी फुलांच्या गाद्या आणि इतर वस्तूंसाठी पेशवे, बाजीराव द्वितीय यांच्याकडून मिळालेल्या कमिशनच्या पूर्ततेने ते इतके प्रभावित झाले की त्यांनी त्यांना इनाम पद्धतीच्या आधारे 35 एकर (14 हेक्टर) जमीन दिली, ज्याद्वारे त्यावर कोणताही कर भरावा लागणार नाही. सर्वात मोठ्या भावाने मालमत्तेवर संपूर्ण ताबा मिळवण्याचा डाव साधला, धाकट्या दोन भावंडांना, ज्योतिराव फुले यांचे वडील गोविंदराव यांना शेती आणि फुलांची विक्री सुरू ठेवण्यासाठी सोडून दिले.

गोविंदरावांनी चिमणाबाईशी लग्न केले आणि त्यांना दोन मुलगे झाले, त्यापैकी ज्योतिराव हे सर्वात धाकटे होते. चिमणाबाई एक वर्षाचे होण्याआधीच मरण पावल्या. माळी समाजाला शिक्षणाने फारसे स्थान मिळाले नाही आणि प्राथमिक शाळेतून वाचन, लेखन आणि अंकगणित या मूलभूत गोष्टी शिकून घेतल्यानंतर ज्योतिरावांना शाळेतून काढून घेण्यात आले. दुकानात आणि शेतात कामाच्या ठिकाणी तो त्याच्या

कुटुंबातील पुरुषांमध्ये सामील झाला. तथापि, फुले यांच्याच माळी जातीतील एका व्यक्तीने त्यांची बुद्धिमत्ता ओळखून फुले यांच्या वडिलांना स्थानिक स्कॉटिश मिशन हायस्कूलमध्ये प्रवेश देण्यास अनुमती दिली. फुले यांनी त्यांचे इंग्रजी शिक्षण 1847 मध्ये पूर्ण केले. प्रथेप्रमाणे , वयाच्या 13 व्या वर्षी, त्याच्या वडिलांनी निवडलेल्या त्याच्याच समाजातील मुलीशी त्याचे लग्न झाले होते.

1848 मध्ये त्यांच्या आयुष्यातील टर्निंग पॉईंट होता, जेव्हा ते एका ब्राह्मण मित्राच्या लग्नाला गेले होते. फुले प्रथागत विवाह मिरवणुकीत सहभागी झाले होते, परंतु नंतर त्यांच्या मित्राच्या पालकांनी त्यांना फटकारले आणि त्यांचा अपमान केला. त्यांनी त्याला सांगितले की तो शूद्र जातीचा असल्याने त्या समारंभापासून दूर राहण्याची जाणीव असावी. या घटनेचा फुले यांच्यावर जातीव्यवस्थेच्या अन्यायावर खोलवर परिणाम झाला.

सामाजिक सक्रियता

शिक्षण

महात्मा फुले वाडा, पुणे. हे ते ठिकाण आहे जिथे महात्मा जोतिराव फुले त्यांच्या पत्नी सावित्रीबाई फुले यांच्यासोबत आयुष्यातील काही काळ राहिले होते. हे सुमारे 1852 मध्ये बांधले गेले.

1848 मध्ये, वयाच्या व्या वर्षी फुले यांनी ख्रिश्चन मिशनऱ्यांनी चालवल्या जाणाऱ्या अहमदनगरमधील मुलींच्या शाळेला भेट दिली. 1848 मध्ये त्यांनी थॉमस पेनचे राइट्स ऑफ मॅन हे पुस्तक वाचले आणि सामाजिक न्यायाची तीव्र भावना विकसित केली. भारतीय समाजात शोषित जाती आणि स्त्रिया यांची गैरसोय होत असल्याचे त्यांच्या लक्षात आले आणि त्यांच्या मुक्तीसाठी या वर्गांचे शिक्षण अत्यावश्यक आहे. या हेतूने आणि त्याच वर्षी, फुले यांनी प्रथम त्यांची पत्नी सावित्रीबाई यांना वाचन आणि लेखन शिकवले आणि त्यानंतर या जोडप्याने पुण्यात मुलींसाठी पहिली देशी शाळा सुरू केली. मावशीची मुलगी) सावित्रीबाईंसोबत मराठी लिहिणे. पुण्यातील पुराणमतवादी उच्चवर्णीय समाजाने त्यांचे कार्य मान्य केले नाही. पण अनेक भारतीय आणि युरोपीय लोकांनी त्याला उदारपणे मदत केली. पुण्यातील

पुराणमतवादींनी त्यांच्याच कुटुंबाला आणि समाजालाही बहिष्कृत करायला भाग पाडले. या काळात त्यांचा मित्र उस्मान शेख आणि त्यांची बहीण फातिमा शेख यांनी त्यांना आश्रय दिला. त्यांनी त्यांच्या जागेवर शाळा सुरू करण्यासही मदत केली. नंतर, फुलेंनी महार आणि मांग यांसारख्या तत्कालीन अस्पृश्य जातींमधील मुलांसाठी शाळा सुरू केल्या. 1852 मध्ये तीन फुले शाळा कार्यरत होत्या या शाळेत 273 मुली शिक्षण घेत होत्या परंतु 1858 पर्यंत त्या सर्व बंद झाल्या. एलेनॉर झेलियट यांनी 1857 च्या भारतीय विद्रोहामुळे खाजगी युरोपियन देणग्या बंद पडणे, सरकारी पाठिंबा काढून घेणे आणि अभ्यासक्रमाबाबत मतभेद झाल्यामुळे ज्योतिरावांनी शाळा व्यवस्थापन समितीचा राजीनामा देणे याला जबाबदार धरले.

महिला कल्याण

अस्पृश्यांना त्यांच्या सावलीने कोणाला अपवित्र करण्याची परवानगी नव्हती आणि त्यांनी ज्या मार्गावर प्रवास केला होता तो मार्ग पुसण्यासाठी त्यांना त्यांच्या पाठीला झाडू लावावा लागतो हे फुले यांनी पाहिले. त्याने तरुण विधवांना आपले डोके मुंडण करताना पाहिले, त्यांच्या जीवनात कोणत्याही प्रकारच्या आनंदापासून परावृत्त केले. अस्पृश्य स्त्रियांना नग्न नाचण्यास कसे भाग पाडले होते ते त्यांनी पाहिले. असमानतेला प्रोत्साहन देणाऱ्या या सर्व सामाजिक दुष्कृत्यांचे साक्षीदार होऊन त्यांनी महिलांना शिक्षित करण्याचा निर्णय घेतला. त्यांनी सुरुवात केली त्यांच्या पत्नीपासून, दररोज दुपारी, ज्योतिराव त्यांच्या पत्नी सावित्रीबाई फुले यांच्यासोबत बसायचे आणि जेव्हा ते काम करायचे त्या शेतात जाऊन त्यांना जेवण आणायचे तेव्हा त्यांना शिकवायचे. त्याने आपल्या पत्नीला शाळेत प्रशिक्षण घेण्यासाठी पाठवले. पती-पत्नीने १८४८ मध्ये पुण्यातील विश्रामबाग वाडा येथे भारतातील पहिली मुलींची शाळा सुरू केली.

त्यांनी विधवा पुनर्विवाहाला चालना दिली आणि 1863 मध्ये प्रबळ जातीच्या गर्भवती विधवांसाठी सुरक्षित आणि सुरक्षित ठिकाणी जन्म देण्यासाठी घर सुरू केले. भ्रूणहत्येचे प्रमाण कमी करण्याच्या प्रयत्नात त्यांचे अनाथालय स्थापन करण्यात आले.

पंतप्रधान श्री अटलबिहारी वाजपेयी यांनी 3 डिसेंबर 2003 रोजी नवी दिल्लीतील संसद भवन येथे महात्मा ज्योतिराव फुले यांच्या पुतळ्याचे अनावरण केले.

1863 मध्ये पुण्यात एक भयानक घटना घडली. काशीबाई नावाची ब्राह्मण विधवा गर्भवती राहिली आणि तिचा गर्भपाताचा प्रयत्न यशस्वी झाला नाही. तिने बाळाला जन्म दिल्यानंतर ठार मारून विहिरीत फेकून दिले, मात्र तिचे हे कृत्य उघडकीस आले. तिला शिक्षा भोगावी लागली आणि तुरुंगवास भोगावा लागला. या घटनेने फुले खूप अस्वस्थ झाले आणि म्हणून त्यांनी त्यांचे दीर्घकालीन मित्र सदाशिव बल्लाळ गोवंडे आणि सावित्रीबाई यांच्यासमवेत भ्रूणहत्या प्रतिबंधक केंद्र सुरू केले. पुणे केंद्राभोवती पुढील शब्दांत जाहिराती देणारे पॅम्फ्लेट अडकले होते: "विधवांनो, येथे या आणि तुमच्या बाळाची सुरक्षित आणि गुप्तपणे प्रसूती करा. तुम्हाला बाळाला केंद्रस्थानी ठेवायचे आहे की सोबत घेऊन जायचे आहे हे तुमच्या निर्णयावर अवलंबून आहे. हे अनाथाश्रम. मुलांची काळजी घेईल मागे सोडले ." फुले दाम्पत्याने 1880 च्या दशकाच्या मध्यापर्यंत बालहत्या प्रतिबंधक केंद्र चालवले. 28

फुले यांनी शोषित जातींमधला सामाजिक अस्पृश्यतेचा कलंक मिटवण्याचा प्रयत्न केला आणि शोषित जातीच्या सदस्यांना त्यांचे घर उघडून त्यांच्या पाण्याच्या विहिरीचा वापर केला.

धर्म आणि जातीबद्दलचे मत

फुले यांनी इतिहासातील आर्य आक्रमणाचा सिद्धांत पुन्हा मांडला आणि असे सुचवले की भारताचे आर्य विजेते, ज्यांना सिद्धांताचे समर्थक वांशिकदृष्ट्या श्रेष्ठ मानत होते, ते खरे तर स्थानिक लोकांचे रानटी दमन करणारे होते. त्यांचा असा विश्वास होता की त्यांनी जातीव्यवस्थेची स्थापना वश आणि सामाजिक विभाजनासाठी एक चौकट म्हणून केली होती ज्यामुळे त्यांच्या ब्राह्मण उत्तराधिकाऱ्यांचे अग्रगण्य होते. त्यांनी भारतीय उपखंडावरील मुस्लिम विजयांना त्याच प्रकारची एक दडपशाही परकीय राजवट म्हणून पाहिले, परंतु ब्रिटिशांच्या आगमनाची त्यांनी मनापासून दखल घेतली, ज्यांना ते

तुलनेने प्रबुद्ध मानत होते आणि वर्णाश्रमधर्म व्यवस्थेला पाठिंबा देत नव्हते. आणि नंतर त्या पूर्वीच्या आक्रमणकर्त्यांनी कायमस्वरूपी ठेवले. 30 c गुलामगिरी या त्यांच्या पुस्तकात त्यांनी शोषित जातींना ते सर्व मानवी हक्कांसाठी पात्र असल्याची जाणीव करून दिल्याबद्दल त्यांनी ख्रिश्चन मिशनरी आणि ब्रिटिश वसाहतवाद्यांचे आभार मानले. 32 हे पुस्तक, ज्याचे शीर्षक गुलामगिरी असे लिप्यंतरित करते आणि जे महिला, जात आणि सुधारणांशी संबंधित होते, ते अमेरिकेतील लोकांना समर्पित होते जे गुलामगिरी समाप्त करण्यासाठी काम करत होते.

फुले यांनी रामाला, भारतीय महाकाव्य रामायणाचा नायक, आर्य विजयापासून उद्भवलेल्या दडपशाहीचे प्रतीक म्हणून पाहिले. 34 जातिव्यवस्थेवरील त्यांची टीका हिंदूंचे सर्वात मूलभूत ग्रंथ वेदांवर झालेल्या हल्ल्यापासून सुरू झाली. 35 त्याने त्यांना खोट्या चेतनेचे स्वरूप मानले.

पारंपारिक वर्ण पद्धतीच्या बाहेर असलेल्या लोकांसाठी दलित (तुटलेला, पिसाळलेला) हा मराठी शब्द वर्णनकर्ता म्हणून सादर करण्याचे श्रेय त्यांना जाते. ही संज्ञा नंतर 1970 मध्ये दलित पँथर्सने लोकप्रिय केली.

1882 मध्ये शिक्षण आयोगाच्या सुनावणीत फुले यांनी शोषित जातींना शिक्षण देण्यासाठी मदत मागितली. 38 त्याची अंमलबजावणी करण्यासाठी त्यांनी गावोगावी प्राथमिक शिक्षण सक्तीचे करण्याचा सल्ला दिला. उच्च माध्यमिक शाळा आणि महाविद्यालयांमध्ये अधिक खालच्या जातीतील लोकांना प्रवेश मिळावा यासाठी त्यांनी विशेष प्रोत्साहन देखील मागितले. 39

सत्यशोधक समाज

24 सप्टेंबर 1873 रोजी, फुले यांनी स्त्रिया, शूद्र आणि दलित अशा नैराश्यग्रस्त गटांच्या हक्कांवर लक्ष केंद्रित करण्यासाठी सत्यशोधक समाजाची स्थापना केली. समाजाच्या माध्यमातून त्यांनी मूर्तिपूजेला विरोध केला आणि जातिव्यवस्थेचा निषेध केला. सत्यशोधक समाजाने तर्कशुद्ध विचारांच्या प्रसारासाठी प्रचार केला आणि पुरोहितांची गरज नाकारली.

मानवी कल्याण, आनंद, एकता, समता आणि सुलभ धार्मिक तत्त्वे आणि कर्मकांड या आदर्शांसह फुले यांनी सत्यशोधक समाजाची स्थापना केली. पुण्यातील दीनबंधू या वृत्तपत्राने समाजाच्या विचारांना आवाज दिला.

समाजाच्या सदस्यांमध्ये मुस्लिम, ब्राह्मण आणि सरकारी अधिकारी यांचा समावेश होता. फुले यांच्या स्वतःच्या माळी जातीने संस्थेला प्रमुख सदस्य आणि आर्थिक सहाय्यक दिले.

व्यवसाय

सामाजिक कार्यकर्त्याच्या भूमिकेसोबतच फुले हे व्यापारीही होते. 1882 मध्ये त्यांनी स्वतःला व्यापारी, शेतकरी आणि म्युनिसिपल कॉन्ट्रॅक्टर म्हणून स्टाईल केले. त्यांच्याकडे पुण्याजवळील मांजरी येथे ६० एकर (२४ हेक्टर) शेतजमीन होती. काही काळासाठी, त्यांनी सरकारसाठी कंत्राटदार म्हणून काम केले आणि 1870 च्या दशकात पुण्याजवळ मुळा-मुठा नदीवर धरण बांधण्यासाठी आवश्यक बांधकाम साहित्याचा पुरवठा केला. पुण्याजवळील कात्रज बोगदा आणि येरवडा कारागृहाच्या बांधकामासाठी कामगार पुरविण्याचे कंत्राटही त्यांना मिळाले. 1863 मध्ये स्थापन झालेल्या फुले यांच्या व्यवसायांपैकी एक म्हणजे मेटल-कास्टिंग उपकरणे पुरवणे.

फुले यांची 1876 मध्ये तत्कालीन पूना नगरपालिकेत आयुक्त (नगरपालिका सदस्य) म्हणून नियुक्ती करण्यात आली आणि त्यांनी 1883 पर्यंत या अनिर्वाचित पदावर काम केले.

धनंजय कीर यांच्या मते, फुले यांना 11 मे 1888 रोजी मुंबईतील दुसरे समाजसुधारक विठ्ठलराव कृष्णाजी वांदेकर यांनी महात्मा ही पदवी बहाल केली होती.

6

दयानंद सरस्वती

दयानंद सरस्वती

Social Reformers

Scan for Story Videos - www.itibook.com

महर्षी दयानंद सरस्वती (उच्चार (मदत·माहिती)) (जन्म मूल शंकर तिवारी; १२ फेब्रुवारी १८२४ - ३० ऑक्टोबर १८८३) हे भारतीय तत्त्ववेत्ता, सामाजिक नेते आणि वैदिक धर्माच्या सुधारणा चळवळीतील आर्य समाजाचे संस्थापक होते. 1876 मध्ये स्वराज्यासाठी "भारतीयांसाठी भारत" अशी हाक देणारे ते पहिले होते, नंतर लोकमान्य टिळकांनी हा हाक उचलली होती. मूर्तिपूजा आणि धार्मिक पूजेचा निषेध करून त्यांनी वैदिक विचारसरणीचे पुनरुज्जीवन करण्याचे काम केले. त्यानंतर, तत्वज्ञ आणि भारताचे राष्ट्रपती, एस. राधाकृष्णन यांनी त्यांना श्री अरबिंदोप्रमाणे "आधुनिक भारताचे निर्माते" म्हणून संबोधले.

ज्यांच्यावर दयानंदांचा प्रभाव होता आणि त्यांचे अनुसरण केले त्यात राय साहिब पूरन चंद, मादाम कामा, पंडित लेख राम, स्वामी श्रद्धानंद, श्यामजी कृष्ण वर्मा, किशन सिंग, भगतसिंग, विनायक दामोदर सावरकर, भाई परमानंद, लाला हरदयाल, मदन लाल धिंग्रा यांचा समावेश होता. , राम प्रसाद बिस्मिल, महादेव गोविंद रानडे, अशफाक उल्ला खान, महात्मा हंसराज, लाला लजपत राय, आणि योगमाया न्यौपाने.

ते बालपणापासूनच संन्यासी आणि विद्वान होते. वेदांच्या अतुलनीय अधिकारावर त्यांचा विश्वास होता. दयानंदांनी कर्म आणि पुनर्जन्म या सिद्धांताचा पुरस्कार केला. त्यांनी ब्रह्मचर्याच्या वैदिक आदर्शांवर भर दिला, ज्यात ब्रह्मचर्य आणि देवाची भक्ती समाविष्ट आहे.

दयानंदांच्या योगदानांपैकी त्यांनी स्त्रियांच्या समान हक्कांचा प्रचार केला, जसे की शिक्षणाचा अधिकार आणि भारतीय धर्मग्रंथांचे वाचन, आणि वेदांवर संस्कृत तसेच हिंदीमध्ये वैदिक संस्कृतमधून केलेले भाष्य.

दयानंद सरस्वती यांचा जन्म पौर्णिमंता फाल्गुन महिन्यातील मावळत्या चंद्राच्या 10 व्या दिवशी (12 फेब्रुवारी 1824) तिथीला एका भारतीय गुजराती हिंदू ब्राह्मण तिवारी कुटुंबात टंकारा, काठियावाड प्रदेशात (आता गुजरातचा मोरबी जिल्हा) झाला. त्यांचे मूळ नाव मूल शंकर तिवारी होते कारण त्यांचा जन्म धनु राशी आणि मूल नक्षत्रात झाला होता. त्यांचे वडील करशनजी लालजी त्रिवेदी १६ आणि आई यशोदाबाई.

जेव्हा ते आठ वर्षांचे होते, तेव्हा त्यांचा यज्ञोपविता संस्कार सोहळा पार पडला, ज्यामुळे त्यांचा औपचारिक शिक्षणात प्रवेश झाला. त्यांचे वडील शिवाचे अनुयायी होते आणि त्यांनी त्यांना शिवाची उपासना करण्याचे मार्ग शिकवले. उपवासाचे महत्त्वही शिकवले. शिवरात्रीच्या दिवशी दयानंद शिवाच्या आज्ञेत रात्रभर जागून बसले. यापैकी एका उपवासाच्या वेळी, त्याला एक उंदीर प्रसाद खाताना आणि मूर्तीच्या अंगावर धावताना दिसला. हे पाहिल्यानंतर, त्यांनी प्रश्न केला की जर शिव उंदरापासून स्वतःचे रक्षण करू शकत नाही, तर तो जगाचा रक्षणकर्ता कसा होऊ शकतो.

त्याच्या धाकट्या बहिणीच्या आणि त्याच्या काकांच्या कॉलराने झालेल्या मृत्यूमुळे दयानंद जीवन आणि मृत्यूच्या अर्थाचा विचार करू लागले. तो प्रश्न विचारू लागला ज्यामुळे त्याच्या पालकांना काळजी वाटली. तो त्याच्या किशोरवयातच गुंतला होता, परंतु त्याने ठरवले की लग्न त्याच्यासाठी नाही आणि 1846 मध्ये घरातून पळून गेला.

दयानंद सरस्वती यांनी 1845 ते 1869 अशी सुमारे पंचवीस वर्षे धार्मिक सत्याचा शोध घेत भटके तपस्वी म्हणून घालवली. त्याने भौतिक वस्तूंचा त्याग केला आणि आत्म-त्यागाचे जीवन जगले, स्वतःला जंगलात, हिमालय पर्वतातील माघार आणि उत्तर भारतातील तीर्थक्षेत्रांमध्ये आध्यात्मिक साधनेसाठी समर्पित केले. या वर्षांमध्ये त्यांनी योगाच्या विविध प्रकारांचा सराव केला आणि विराजानंद दंडेश नावाच्या धर्मगुरूचे शिष्य बनले. विराजानंदचा असा विश्वास होता की हिंदू धर्म त्याच्या ऐतिहासिक मुळांपासून भरकटला आहे आणि त्यातील अनेक प्रथा अशुद्ध झाल्या आहेत. दयानंद सरस्वती यांनी विराजानंद यांना वचन दिले की ते हिंदू धर्मातील वेदांचे योग्य स्थान पुनर्संचयित करण्यासाठी त्यांचे जीवन समर्पित करतील.

दयानंदचे ध्येय संपादन

ओम किंवा ओम हे आर्य समाजाने देवाचे सर्वोच्च आणि योग्य नाव मानले आहे.

त्यांचा असा विश्वास होता की वेदांच्या मूलभूत तत्त्वांपासून विचलित झाल्यामुळे हिंदू धर्म भ्रष्ट झाला आहे आणि पुरोहितांच्या आत्मोन्नतीसाठी पुरोहितशाहीने हिंदूंची दिशाभूल केली आहे. या मिशनसाठी, त्यांनी आर्य समाजाची स्थापना केली, ज्यामध्ये कृणवंतो विश्वर्यम् नावाच्या सार्वभौमिकतेची संहिता म्हणून दहा वैश्विक तत्त्वे स्पष्ट केली. या तत्त्वांद्वारे, त्याने संपूर्ण जग आर्यांचे निवासस्थान बनवण्याचा मानस ठेवला.

त्याचे पुढचे पाऊल म्हणजे देवाला नवीन समर्पण करून हिंदू धर्मात सुधारणा करणे. संस्कृत आणि वेदांचे ज्ञान आणि युक्तिवादाच्या बळावर त्यांनी वारंवार विजय मिळवून धार्मिक विद्वानांना आणि धर्मगुरूंना चर्चेसाठी आव्हान देत देशभर प्रवास केला. हिंदू धर्मगुरूंनी सामान्य लोकांना वैदिक धर्मग्रंथ वाचण्यापासून परावृत्त केले, आणि गंगा नदीत स्नान करणे आणि पुजाऱ्यांना वर्धापनदिनी भोजन देणे यासारख्या विधींना प्रोत्साहन दिले, ज्यांना दयानंदने अंधश्रद्धा किंवा स्वयंसेवा प्रथा म्हणून उच्चारले. राष्ट्राला अशा अंधश्रद्धा नाकारण्याचा उपदेश करून, राष्ट्राला वेदांच्या शिकवणीकडे परत जाण्यासाठी आणि

वैदिक जीवनपद्धतीचे पालन करण्यास शिक्षित करणे हा त्यांचा उद्देश होता. त्यांनी हिंदूंना राष्ट्रीय समृद्धीसाठी गायीचे महत्त्व तसेच राष्ट्रीय एकात्मतेसाठी राष्ट्रीय भाषा म्हणून हिंदीचा स्वीकार करण्यासह सामाजिक सुधारणा स्वीकारण्याचे आवाहन केले. आपल्या दैनंदिन जीवनात आणि योग आणि आसने, शिकवण, उपदेश, प्रवचन आणि लेखन याद्वारे त्यांनी हिंदूंना स्वराज्य (स्वराज्य), राष्ट्रवाद आणि अध्यात्मवादाची आकांक्षा बाळगण्यास प्रेरित केले. त्यांनी स्त्रियांना समान हक्क आणि आदर दिला आणि लिंग पर्वा न करता सर्व मुलांच्या शिक्षणाची वकिली केली.

दयानंद यांनी ख्रिश्चन आणि इस्लाम, तसेच जैन, बौद्ध आणि शीख धर्म यांसारख्या इतर भारतीय धर्मांच्या विश्वासांचे गंभीर विश्लेषण केले. हिंदू धर्मातील मूर्तिपूजेला परावृत्त करण्याबरोबरच, २२ तो त्याच्या स्वतःच्या देशातील खऱ्या आणि शुद्ध श्रद्धेचा अपभ्रंश मानत असलेल्या विरोधातही होता. हिंदू धर्मातील त्याच्या काळातील इतर अनेक सुधारणांच्या चळवळींप्रमाणेच, आर्य समाजाचे आवाहन केवळ भारतातील काही शिक्षित लोकांनाच नाही, तर संपूर्ण जगाला उद्देशून होते, हे आर्य समाजाच्या सहाव्या तत्वात दिसून आले आहे. परिणामी, त्यांच्या शिकवणीने सर्व सजीवांसाठी सार्वभौमत्वाचा दावा केला आणि कोणत्याही विशिष्ट पंथ, विश्वास, समुदाय किंवा राष्ट्रासाठी नाही.

आर्य समाज हिंदू धर्मात धर्मांतरितांना परवानगी देतो आणि प्रोत्साहित करतो. दयानंदांची धर्माची संकल्पना सत्यार्थ प्रकाशच्या "श्रद्धा आणि अविश्वास" विभागात सांगितली आहे, ते म्हणतातः

"निःपक्षपाती न्याय, सत्यता आणि यासारख्या गोष्टींशी पूर्णतः सुसंगत असलेल्या गोष्टींचा मी धर्म म्हणून स्वीकार करतो; जे वेदांमध्ये अवतरलेल्या ईश्वराच्या शिकवणीच्या विरोधात नाही. जे पक्षपातीपणापासून मुक्त नाही आणि अन्यायकारक आहे, असत्याचे भागीदार आहे आणि जसे की, आणि वेदांमध्ये मूर्त स्वरूप असलेल्या देवाच्या शिकवणीचा विरोध केला आहे - ज्याला मी अधर्म मानतो."

"जो नीट विचार करून सत्य स्वीकारण्यास आणि असत्य नाकारण्यास सदैव तयार असतो; जो स्वतःच्या आनंदाप्रमाणे इतरांच्या सुखाची गणना करतो, त्याला मी न्यायी म्हणतो."

सत्यार्थ प्रकाश

दयानंदच्या वैदिक संदेशाने इतर मानवांसाठी आदर आणि आदर यावर जोर दिला, ज्याला व्यक्तीच्या दैवी स्वरूपाच्या वैदिक कल्पनेने समर्थन दिले. आर्य समाजाच्या दहा तत्त्वांमध्ये, त्यांनी "सर्व कृती मानवजातीच्या हिताच्या मुख्य उद्देशाने केल्या पाहिजेत" अशी कल्पना मांडली आहे, जसे की कट्टर रीतिरिवाजांचे पालन करणे किंवा मूर्ती आणि प्रतीकांचा आदर करणे याच्या विरोधात. पहिली पाच तत्त्वे सत्याबद्दल बोलतात, तर शेवटची पाच तत्त्वे कुलीन, नागरीक, सहजीवन आणि शिस्तबद्ध जीवन असलेल्या समाजाबद्दल बोलतात. स्वतःच्या जीवनात, त्यांनी मोक्षाचा अर्थ कमी कॉलिंग असा केला, कारण तो इतरांना मुक्त करण्यासाठी कॉल करण्याऐवजी व्यक्तीच्या फायद्यासाठी युक्तिवाद करतो.

दयानंदांच्या "वेदांकडे परत" संदेशाने जगभरातील अनेक विचारवंत आणि तत्त्ववेत्त्यांना प्रभावित केले.

उपक्रम संपादन

दयानंद सरस्वती हे 14 वर्षांचे असल्यापासून सक्रिय होते, तेव्हा ते धार्मिक श्लोकांचे पठण करण्यास आणि त्यांच्याबद्दल शिकवण्यास सक्षम होते. धार्मिक वादविवादात भाग घेतल्याबद्दल त्याकाळी त्यांचा आदर होता. त्यांच्या वादविवादांना मोठा जनसमुदाय उपस्थित होता.

22 ऑक्टोबर 1869 रोजी वाराणसी येथे त्यांनी 27 विद्वान आणि 12 तज्ञ पंडितांविरुद्ध वादविवाद जिंकला. या चर्चेला 50,000 हून अधिक लोकांनी हजेरी लावल्याचे सांगण्यात आले. मुख्य विषय होता "वेद देवता पूजेचे समर्थन करतात का?"

आर्य समाज संपादन

मुख्य लेख: आर्य समाज

दयानंद सरस्वती यांच्या निर्मितीने, आर्य समाजाने अनेक भिन्न धर्म आणि समुदायांच्या प्रथांचा निषेध केला, ज्यामध्ये मूर्तिपूजा,

पशुबली, तीर्थयात्रा, पुजारी हस्तकला, मंदिरांमध्ये अर्पण, जाती, बालविवाह, मांसाहार आणि स्त्रियांवरील भेदभाव यासारख्या प्रथांचा समावेश आहे. त्यांनी असा युक्तिवाद केला की या सर्व प्रथा चांगल्या अर्थाच्या आणि वेदांच्या शहाणपणाच्या विरुद्ध आहेत.

अंधश्रद्धेबद्दलचे मत संपादन

त्यांनी जादूटोणा आणि ज्योतिष यासह अंधश्रद्धा मानल्या जाणाऱ्या प्रथांवर कठोर टीका केली, ज्या त्या वेळी भारतात प्रचलित होत्या. खाली त्यांच्या सत्यार्थ प्रकाश या पुस्तकातील अनेक अवतरणे आहेतः

"त्यांनी मग अंधश्रद्धेला कारणीभूत असलेल्या आणि खऱ्या धर्माला आणि विज्ञानाला विरोध करणाऱ्या सर्व गोष्टींविरुद्ध सल्ला दिला पाहिजे, जेणेकरून ते भूत (भुत) आणि आत्मे (प्रेता) सारख्या काल्पनिक गोष्टींना कधीही विश्वास देऊ शकत नाहीत."

सत्यार्थ प्रकाश

"सर्व किमयागार, जादूगार, मांत्रिक, जादूगार, भूतविद्यावादी इ. फसवणूक करणारे आहेत आणि त्यांच्या सर्व पद्धतींकडे सरळ फसवणूकीशिवाय दुसरे काहीही नाही म्हणून पाहिले पाहिजे. तरुणांना त्यांच्या लहानपणापासूनच या सर्व फसवणुकीविरूद्ध चांगले समुपदेशन केले पाहिजे, जेणेकरून ते ते करू शकतील. कोणत्याही तत्त्वनिष्ठ व्यक्तीकडून फसवणूक होऊन त्रास होऊ नये."

सत्यार्थ प्रकाश

ज्योतिषशास्त्रावर त्यांनी लिहिले,

जेव्हा हे अज्ञानी लोक एका ज्योतिषाकडे जातात आणि म्हणतात, "महाराज! या व्यक्तीचे काय चुकले"? तेव्हा तो उत्तर देतो "सूर्य आणि इतर तारे त्याच्यासाठी अपायकारक आहेत. जर तुम्ही प्रायश्चित्त समारंभ केला असेल किंवा जादूची सूत्रे जपली असतील किंवा प्रार्थना केली असेल किंवा विशिष्ट धर्मादाय कृत्ये केली असतील तर तो बरा होईल. अन्यथा, प्रदीर्घ दुःख सहन केल्यानंतर त्याला आपला जीव गमवावा लागला तरी मला आश्चर्य वाटू नये."

चौकशीकर्ता – बरं, श्री ज्योतिषी, तुम्हाला माहिती आहे, सूर्य आणि इतर तारे आपल्या या पृथ्वीसारख्या निर्जीव वस्तू आहेत. प्रकाश, उष्णता इ. देण्याशिवाय ते काहीही करू शकत नाहीत. तुम्ही त्यांना मानवी आकांक्षा, आनंद आणि राग या जाणीवेने ग्रासले आहे, जे दुखावले जाते तेव्हा दुःख आणि दुःख आणतात आणि मानवांना आनंद देतात?

ज्योतिषी - मग, ताऱ्यांच्या प्रभावाने काही लोक श्रीमंत तर काही गरीब, काही राज्यकर्ते तर काही त्यांची प्रजा असतात हे तर नाही ना? नाही, हे सर्व त्यांच्या कर्माचे फळ आहे....चांगले किंवा वाईट. मग ताऱ्यांचे विज्ञान असत्य आहे का? नाही, त्यातील अंकगणित, बीजगणित, भूमिती इत्यादींचा समावेश असलेला आणि खगोलशास्त्र या नावाने जाणारा भाग खरा आहे; परंतु दुसरा भाग जो मानवावर ताऱ्यांचा प्रभाव आणि त्यांच्या कृतींचा विचार करतो आणि ज्योतिषाच्या नावाने जातो तो सर्व खोटा आहे.

सत्यार्थ प्रकाश

तो ज्योतिषशास्त्र आणि ज्योतिषशास्त्र यात स्पष्ट फरक करतो आणि ज्योतिषाला फसवणूक म्हणतो.

"त्यानंतर, त्यांनी ज्योतिष शास्त्राचा - ज्यामध्ये अंकगणित, बीजगणित, भूमिती, भूगोल, भूविज्ञान आणि खगोलशास्त्र यांचा समावेश होतो, दोन वर्षात सखोल अभ्यास केला पाहिजे. त्यांना या शास्त्रांचे व्यावहारिक प्रशिक्षण देखील मिळाले पाहिजे, यंत्रे योग्यरित्या हाताळणे शिकले पाहिजे, त्यांच्या कार्यपद्धतीमध्ये प्रभुत्व मिळवले पाहिजे, आणि ते कसे वापरायचे ते माहित आहे. परंतु त्यांनी ज्योतिषशास्त्र - जे मनुष्याच्या नशिबावर तारे आणि नक्षत्रांचा प्रभाव, काळ शुभ आणि अशुभ, जन्मकुंडली इत्यादी - एक फसवणूक मानली पाहिजे आणि कधीही शिकू किंवा शिकवू नका. या विषयावरील कोणतीही पुस्तके.

हत्येचे प्रयत्न

दयानंद यांच्या जीवनावर अनेक अयशस्वी हत्येचे प्रयत्न झाले.

त्याच्या समर्थकांच्या म्हणण्यानुसार, त्याला काही प्रसंगी विषबाधा झाली होती, परंतु हठयोगाच्या नियमित सरावामुळे तो अशा सर्व प्रयत्नांतून वाचला. एक कथा सांगते की हल्लेखोरांनी एकदा त्याला नदीत बुडविण्याचा प्रयत्न केला होता, परंतु दयानंदने हल्लेखोरांना नदीत ओढले, परंतु त्याने त्यांना बुडण्यापूर्वी सोडून दिले.

दुसऱ्या खात्याचा दावा आहे की गंगा नदीवर ध्यान करत असताना त्यांनी इस्लामवर केलेल्या टीकेमुळे नाराज झालेल्या मुस्लिमांनी त्यांच्यावर हल्ला केला होता. त्यांनी त्याला पाण्यात फेकून दिले परंतु त्याने स्वतःला वाचवले असा दावा केला जातो कारण त्याच्या प्राणायाम सरावाने त्याला हल्लेखोर निघून जाईपर्यंत पाण्याखाली राहू दिले.

हत्या

1883 मध्ये, जोधपूरचे महाराज, जसवंत सिंग द्वितीय यांनी दयानंद यांना त्यांच्या राजवाड्यात राहण्यासाठी आमंत्रित केले. महाराज दयानंदांचे शिष्य बनण्यास आणि त्यांची शिकवण शिकण्यास उत्सुक होते. दयानंद आपल्या मुक्कामाच्या वेळी महाराजांच्या प्रसाधनगृहात गेला आणि त्याला नन्ही जान नावाच्या नाचणाऱ्या मुलीसोबत पाहिले. दयानंदांनी महाराजांना मुलगी आणि सर्व अनैतिक कृत्ये सोडून खऱ्या आर्य (उच्च) प्रमाणे धर्माचे पालन करण्यास सांगितले. दयानंदच्या सूचनेमुळे नन्ही नाराज झाली, ज्याने बदला घेण्याचा निर्णय घेतला.

29 सप्टेंबर 1883 रोजी, तिने दयानंदचा स्वयंपाकी, जगन्नाथ, त्याच्या रात्रीच्या दुधात काचेचे छोटे तुकडे मिसळण्यासाठी लाच दिली. दयानंद यांना झोपण्यापूर्वी ग्लास भरलेले दूध दिले गेले, जे त्यांनी ताबडतोब प्यायले, बरेच दिवस अंथरुणाला खिळले आणि त्यांना वेदनादायक वेदना झाल्या. महाराजांनी त्वरीत त्याच्यासाठी डॉक्टरांच्या सेवेची व्यवस्था केली. तथापि, डॉक्टर येईपर्यंत त्याची प्रकृती अधिकच बिघडली होती आणि त्याला मोठ्या प्रमाणात रक्तस्त्राव झाला होता. दयानंदाचे दुःख पाहून जगन्नाथला अपराधीपणाने ग्रासले आणि त्याने दयानंदसमोर आपला गुन्हा कबूल केला. त्याच्या मृत्यूशय्येवर, दयानंदने त्याला माफ केले आणि त्याला

पैशाची थैली दिली, त्याला महाराजांच्या माणसांकडून सापडण्यापूर्वी आणि मृत्युदंड देण्यापूर्वी राज्य सोडून पळून जाण्यास सांगितले.

नंतर, महाराजांनी रेसिडेन्सीच्या सल्ल्यानुसार त्यांना माउंट अबूला पाठवण्याची व्यवस्था केली, तथापि, अबूमध्ये काही काळ राहिल्यानंतर, 26 ऑक्टोबर 1883 रोजी, त्यांना चांगल्या वैद्यकीय सेवेसाठी अजमेरला पाठवण्यात आले. त्यांच्या तब्येतीत कोणतीही सुधारणा झाली नाही आणि 30 ऑक्टोबर 1883 रोजी दिवाळीच्या हिंदू सणाच्या दिवशी सकाळी मंत्रोच्चार करताना त्यांचा मृत्यू झाला.

अंत्यसंस्कार आणि स्मारक

अजमेरच्या दक्षिणेस 54 किमी भिनई येथील भिनाई कोठी येथे त्यांनी अखेरचा श्वास घेतला आणि त्यांच्या इच्छेनुसार त्यांची अस्थी ऋषी उद्यानातील अजमेर येथे विखुरली. ऋषी उद्यान, ज्यामध्ये दररोज सकाळ आणि संध्याकाळ यज्ञ होम असलेले कार्यशील आर्य समाज मंदिर आहे, एनएच 58 अजमेर-पुष्कर महामार्गावरील आना सागर तलावाच्या काठावर आहे. दरवर्षी ऑक्टोबरच्या शेवटी ऋषी दयानंद यांच्या पुण्यतिथीला ऋषी उद्यान येथे वार्षिक ३ दिवसीय आर्य समाज मेळा आयोजित केला जातो, ज्यामध्ये वैदिक चर्चासत्रे, वेद स्मृती स्पर्धा, यज्ञ आणि ध्वजा रोहन ध्वज मार्च यांचा समावेश होतो. हे परोपकारिणी सभेद्वारे आयोजित केले जाते, ज्याची स्थापना स्वामी दयानंद सरस्वती यांनी 16 ऑगस्ट 1880 रोजी मेरठमध्ये केली होती, फेब्रुवारी 1883 रोजी अजमेरमध्ये नोंदणीकृत होती आणि 1893 पासून ते अजमेर येथील कार्यालयातून कार्यरत आहे.

टंकारा ट्रस्टने आयोजित केलेल्या टंकारा येथे दरवर्षी महाशिवरात्रीला आर्य समाज ऋषी बोध उत्सव साजरा करतात, त्यादरम्यान शोभा यात्रा मिरवणूक आणि महायज्ञ आयोजित केला जातो; कार्यक्रमाला भारताचे पंतप्रधान नरेंद्र मोदी आणि गुजरातचे मुख्यमंत्री विजय रुपाणी देखील उपस्थित आहेत.

गुलाबबागमधील नवलखा महाल आणि उदयपूर येथील प्राणीसंग्रहालय देखील त्यांच्याशी संबंधित आहे जिथे त्यांनी संवत 1939 (1882-83 CE) मध्ये सत्यार्थ प्रकाश या त्यांच्या महत्त्वपूर्ण

कार्याची दुसरी आवृत्ती लिहिली.

वारसा संपादन

दयानंद सरस्वती भारताच्या 1962 च्या तिकिटावर

रोहतकमधील महर्षी दयानंद विद्यापीठ, अजमेरमधील महर्षी दयानंद सरस्वती विद्यापीठ, जालंधरमधील डीएव्ही विद्यापीठ (दयानंद अँग्लो-वेदिक स्कूल सिस्टम) त्यांच्या नावावर आहे. अजमेर येथील दयानंद कॉलेजसह DAV कॉलेज व्यवस्थापन समितीच्या अंतर्गत 800 हून अधिक शाळा आणि महाविद्यालये आहेत. उद्योगपती नानजी कालिदास मेहता यांनी महर्षी दयानंद विज्ञान महाविद्यालय बांधले आणि ते पोरबंदरच्या एज्युकेशन सोसायटीला देणगी देऊन त्याचे नाव दयानंद सरस्वती यांच्या नावावर ठेवले.

दयानंद सरस्वती हे भारताच्या स्वातंत्र्य चळवळीवर प्रभाव टाकण्यासाठी सर्वात उल्लेखनीय आहेत. त्यांचे विचार आणि लेखन वेगवेगळ्या लेखकांनी वापरले आहे, ज्यात श्यामजी कृष्ण वर्मा यांचा समावेश आहे, ज्यांनी लंडनमध्ये इंडिया हाऊसची स्थापना केली आणि इतर क्रांतिकारकांना मार्गदर्शन केले; सुभाषचंद्र बोस; लाला लजपत राय; मॅडम कामा; विनायक दामोदर सावरकर; लाला हरदयाल; मदनलाल धिंग्रा; राम प्रसाद बिस्मिल; महादेव गोविंद रानडे; ९ स्वामी श्रद्धानंद; S. सत्यमूर्ती; पंडित लेख राम; महात्मा हंसराज; आणि इतर.

भगतसिंग यांच्यावरही त्यांचा लक्षणीय प्रभाव होता. सिंग यांनी प्राथमिक शाळा पूर्ण केल्यानंतर लाहोरमधील मोहन लाल रोडच्या दयानंद अँग्लो वैदिक मिडल स्कूलमध्ये प्रवेश घेतला. सर्वपल्ली राधाकृष्णन यांनी शिवरात्रीच्या दिवशी 24 फेब्रुवारी 1964 रोजी दयानंद बद्दल लिहिले:

आधुनिक भारताच्या निर्मात्यांमध्ये स्वामी दयानंद यांचे स्थान सर्वोच्च आहे. देशाच्या राजकीय, धार्मिक आणि सांस्कृतिक मुक्तीसाठी त्यांनी अथक परिश्रम घेतले होते. हिंदू धर्माला पुन्हा वैदिक पायावर घेऊन जाण्यासाठी त्यांनी तर्कशुद्ध मार्गदर्शन केले. त्यांनी स्वच्छतेने समाज सुधारण्याचा प्रयत्न केला होता, ज्याची आज पुन्हा गरज होती. भारतीय राज्यघटनेत मांडण्यात आलेल्या काही सुधारणा त्यांच्या

शिकवणीतून प्रेरित होत्या.

दयानंदने आपल्या जीवनात भेट दिलेल्या ठिकाणांचा परिणाम म्हणून सांस्कृतिकदृष्ट्या अनेकदा बदल झाला. इतर प्रशंसकांमध्ये स्वामी विवेकानंद, रामकृष्ण, बिपिन चंद्र पाल, वल्लभभाई पटेल, श्यामा प्रसाद मुखर्जी, आणि रोमेन रोलँड यांचा समावेश होता, ज्यांना दयानंद एक उल्लेखनीय आणि अद्वितीय व्यक्तिमत्व मानतात.

अमेरिकन अध्यात्मवादी अँड्र्यू जॅक्सन डेव्हिस यांनी दयानंद यांच्यावरील प्रभावाचे वर्णन केले, दयानंद यांना "देवाचा पुत्र" म्हटले आणि राष्ट्राचा दर्जा बहाल केल्याबद्दल त्यांचे कौतुक केले. स्वीडिश विद्वान स्टेन कोनो यांनी नमूद केले की दयानंदने भारताच्या इतिहासाचे पुनरुज्जीवन केले.

निनियन स्मार्ट आणि बेंजामिन वॉकर यांचा त्याच्यावर विशेष प्रभाव पडला होता.

कामे

दयानंद सरस्वती यांनी एकूण 60 पेक्षा जास्त कामे लिहिली, ज्यात सहा वेदांगांचे 16 खंडांचे स्पष्टीकरण, अष्टाध्यायी (पाणिनीचे व्याकरण) वरील अपूर्ण भाष्य, नैतिकता आणि नैतिकतेवरील अनेक लहान पत्रिका, वैदिक विधी आणि संस्कार आणि विश्लेषणाचा एक भाग यांचा समावेश आहे. प्रतिस्पर्धी सिद्धांतांचे (जसे की अद्वैत वेदांत, इस्लाम आणि ख्रिस्ती). सत्यार्थ प्रकाश, सत्यार्थ भूमिका, संस्कारविधी, ऋग्वेदी भाषा भूमिका, ऋग्वेद भाष्याम (७/६१/२ पर्यंत) आणि यजुर्वेद भाषाम या त्यांच्या काही प्रमुख कामांचा समावेश आहे. भारतातील अजमेर शहरात स्थित परोपकारिणी सभेची स्थापना सरस्वतीने त्यांची कामे आणि वैदिक ग्रंथ प्रकाशित करण्यासाठी आणि प्रचार करण्यासाठी केली होती. 19 व्या शतकात ते एक सामाजिक धार्मिक सुधारक देखील होते.

7
बाबा आमटे

बाबा आमटे

Social Reformers

Scan for Story Videos - www.itibook.com

मुरलीधर देविदास आमटे, जे बाबा आमटे या नावाने प्रसिद्ध आहेत, (२६ डिसेंबर १९१४ - ९ फेब्रुवारी २००८) एक भारतीय सामाजिक कार्यकर्ते आणि सामाजिक कार्यकर्ते होते जे विशेषतः कुष्ठरोगाने पीडित लोकांच्या पुनर्वसन आणि सक्षमीकरणासाठी त्यांच्या कार्यासाठी ओळखले जातात. त्यांना पद्मविभूषण, डॉ. आंबेडकर आंतरराष्ट्रीय पुरस्कार, गांधी शांतता पुरस्कार, रॅमन मॅगसेसे पुरस्कार, टेम्पलटन पुरस्कार आणि जमनालाल बजाज पुरस्कार यासह अनेक पुरस्कार आणि पुरस्कार मिळाले आहेत. त्यांना भारताचे आधुनिक गांधी म्हणूनही ओळखले जाते.

मुरलीधर देविदास "बाबा" आमटे यांचा जन्म महाराष्ट्रातील हिंगणघाट शहरात 26 डिसेंबर 1914 रोजी संपन्न देशस्थ ब्राह्मण कुटुंबात झाला. त्यांचे वडील देविदास आमटे होते. जिल्हा प्रशासन आणि महसूल संकलन विभागांसाठी काम करणारा वसाहती सरकारी अधिकारी. मुरलीधर आमटे यांनी त्यांच्या बालपणातच बाबा हे टोपणनाव घेतले. त्यांची पत्नी साधनाताई आमटे स्पष्ट करतात की ते बाबा म्हणून ओळखले गेले कारण "त्यांना संत किंवा पवित्र व्यक्ती

म्हणून ओळखले जात नाही, तर त्यांच्या पालकांनी त्यांना त्या नावाने संबोधले म्हणून " सत्यापित करण्यासाठी अवतरण आवश्यक आहे

आमटे हे आठ मुलांपैकी सर्वात मोठे होते. एका श्रीमंत जमीन मालकाचा मोठा मुलगा म्हणून, त्याचे बालपण शिकार आणि खेळांनी भरलेले होते. तो चौदा वर्षांचा होता तोपर्यंत त्याच्याकडे स्वतःची बंदूक होती आणि त्याने अस्वल आणि हरणांची शिकार केली. जेव्हा तो गाडी चालवण्याइतपत म्हातारा झाला तेव्हा त्याला पँथरच्या कातडीने झाकलेली गादी असलेली सिंगर स्पोर्ट्स कार देण्यात आली. त्यांचा जन्म श्रीमंत कुटुंबात झाला असला तरी त्यांना भारतीय समाजातील वर्गीय विषमतेची नेहमीच जाणीव होती. "माझ्या कुटुंबासारख्या कुटुंबात एक विशिष्ट उदासीनता आहे," ते म्हणायचे. "बाहेरील जगाचे दुःख पाहू नये म्हणून त्यांनी मजबूत अडथळे आणले आणि मी त्याविरुद्ध बंड केले."

समर्पित कामे

कायद्याचे प्रशिक्षण घेतले, त्यांनी वर्धा येथे यशस्वी कायदेशीर सराव विकसित केला. ते लवकरच भारतीय स्वातंत्र्य चळवळीत सामील झाले आणि १९४२ मध्ये त्यांनी भारत छोडो आंदोलनात सहभागासाठी वसाहती सरकारने तुरुंगात टाकलेल्या भारतीय नेत्यांसाठी बचाव वकील म्हणून काम करण्यास सुरुवात केली. त्यांनी महात्मा गांधींनी सुरू केलेल्या आश्रमात सेवाग्राम येथे काही काळ घालवला आणि गांधीवादाचे अनुयायी बनले. चरखा वापरून सूत कातणे आणि खादी परिधान करून त्यांनी गांधीवादाचे पालन केले. जेव्हा गांधींना समजले की डॉ. आमटे यांनी काही ब्रिटीश सैनिकांच्या अश्लील टोमणेपासून एका मुलीचे रक्षण केले आहे, तेव्हा गांधींनी त्यांचे नाव ठेवले - अभय साधक (सत्याचा निर्भय साधक).

तथापि, एके दिवशी त्याची जिवंत प्रेत आणि कुष्ठरोगी तुळशीराम यांच्याशी भेट झाल्याने त्याच्या मनात भीती निर्माण झाली. त्या घटनेपर्यंत कधीही कशाचीही भीती न बाळगणारे आमटे, ज्यांनी एका भारतीय महिलेची इज्जत वाचवण्यासाठी एकदा ब्रिटीश लोकांशी लढा दिला आणि वरोरा येथील सफाई कामगारांनी गटारी साफ करण्याचे

आव्हान दिले, ते तुळशीरामांची दुर्दशा पाहून घाबरून गेले. तथापि, आमटे असा विचार आणि समज निर्माण करू इच्छित होते की कुष्ठरुग्णांना खऱ्या अर्थाने मदत तेव्हाच होऊ शकते जेव्हा समाज "मानसिक कुष्ठरोग" - भय आणि रोगाशी संबंधित चुकीची समज यापासून मुक्त असेल. हा विचार दूर करण्यासाठी त्याने एकदा रुग्णाकडून बॅसिली टोचून घेतली, हे सिद्ध करण्यासाठी की हा आजार फारसा संसर्गजन्य नाही. त्या काळात कुष्ठरोगी लोकांना सामाजिक कलंक लागत असे आणि भारतीय समाजाने या लोकांना नाकारले. आमटे यांनी कुष्ठरोग अत्यंत सांसर्गिक आहे हा व्यापक समज दूर करण्याचा प्रयत्न केला; कुष्ठरोग अत्यंत सांसर्गिक नाही हे सिद्ध करण्याच्या उद्देशाने एका प्रयोगाचा एक भाग म्हणून त्याने कुष्ठरोग्यातील जिवाणू त्याच्यामध्ये टोचण्यास परवानगी दिली. परंतु बाबा आमटे आणि त्यांची पत्नी कुष्ठरोगाच्या भयंकर आजाराने ग्रस्त असलेल्यांची काळजी आणि उपचार आणि मुख्य प्रवाहात आणण्यास प्राधान्य देत असत आणि बाधित लोकांमध्ये राहत असत आणि त्यांना अनुकरणीय वैद्यकीय सेवा मिळेल याची खात्री केली ज्यामुळे त्यांच्यावरील रोगाचा विळखा संपला. पुनर्वसित आणि बरे झालेल्या रूग्णांसाठी त्यांनी व्यावसायिक प्रशिक्षण आणि हस्तकलेच्या छोट्या-छोट्या उत्पादनांची व्यवस्था केली आणि त्यांच्याकडून घडवलेल्या गोष्टी मिळवल्या. कुष्ठरोगाच्या उपचाराविषयीचा कलंक आणि अज्ञान दूर करण्यासाठी त्यांनी संघर्ष केला आणि प्रयत्न केला.

आमटे यांनी महाराष्ट्रातील कुष्ठरोगी, अपंग आणि उपेक्षित वर्गातील लोकांवर उपचार आणि पुनर्वसन करण्यासाठी तीन आश्रमांची स्थापना केली. १५ ऑगस्ट १९४९ रोजी त्यांनी आणि त्यांची पत्नी साधना आमटे यांनी आनंदवन येथे एका झाडाखाली कुष्ठरोग रुग्णालय सुरू केले. कुष्ठरुग्णांना कृषी आणि हस्तकला सारख्या विविध लघु आणि मध्यम उद्योगांमध्ये गुंतलेल्या वैद्यकीय सेवा आणि सन्मानाचे जीवन प्रदान करण्यात आले. 1973 मध्ये आमटे यांनी गडचिरोली जिल्ह्यातील माडिया गोंड आदिवासींसाठी काम करण्यासाठी लोक बिरादरी प्रकल्पाची स्थापना केली. बाबा आमटे यांनी

इतर सामाजिक उपक्रमांमध्ये देखील सहभाग घेतला जसे की, 1985 मध्ये त्यांनी शांततेसाठी पहिले निट इंडिया मिशन सुरू केले - 72 व्या वर्षी त्यांनी कन्याकुमारी ते काश्मीर, 3000 मैलांपेक्षा जास्त अंतर, भारतीय लोकांमध्ये ऐक्याला प्रेरणा देण्यासाठी आणि संघटित केले. दुसरा मार्च तीन वर्षांनंतर आसाम ते गुजरात असा १८०० मैलांचा प्रवास केला. 1990 मध्ये त्यांनी नर्मदा बचाव आंदोलनातही भाग घेतला, आनंदवन सोडून सात वर्षे नर्मदेच्या काठावर वास्तव्य केले.

आमटे यांनी आपले जीवन इतर अनेक सामाजिक कारणांसाठी समर्पित केले, विशेषतः भारत छोडो आंदोलन आणि पर्यावरणीय संतुलन, वन्यजीव संरक्षण आणि नर्मदा बचाव आंदोलन याविषयी जनजागृती करण्याचा प्रयत्न करणे. भारत सरकारने बाबा आमटे यांना १९७१ मध्ये पद्मश्री देऊन सन्मानित केले.

कुटुंबातील सदस्यांची समर्पित कामे

आमटे यांनी इंदू घुलेशास्त्री (पुढे साधनाताई आमटे) यांच्याशी विवाह केला. पतीच्या सामाजिक कार्यात त्या तितक्याच समर्पणाने सहभागी झाल्या. त्यांची दोन मुले, विकास आमटे आणि प्रकाश आमटे आणि सून, मंदाकिनी आणि भारती हे डॉक्टर आहेत. चौघांनीही ज्येष्ठ आमटे यांच्याप्रमाणेच सामाजिक कार्य आणि कार्यासाठी आपले जीवन समर्पित केले. प्रकाश आणि त्यांची पत्नी मंदाकिनी महाराष्ट्रातील गडचिरोली या वंचित जिल्ह्यातील हेमलकसा गावात माडिया गोंड जमातीमध्ये शाळा आणि रुग्णालय चालवतात, तसेच सिंह आणि काही बिबट्यांसह जखमी वन्य प्राण्यांसाठी अनाथाश्रम चालवतात. तिने आपले सरकारी वैद्यकीय शिक्षण सोडले आणि लग्नानंतर प्रकल्प सुरू करण्यासाठी हेमलकसा येथे राहायला गेले. त्यांचे दोन पुत्र, डॉ. दिगंत आणि अनिकेत यांनीही त्याच कारणांसाठी आपले जीवन समर्पित केले. 2008 मध्ये, प्रकाश आणि मंदाकिनी यांना समुदाय नेतृत्वासाठी मॅगसेसे पुरस्कार मिळाला.

आमटे यांचा मोठा मुलगा विकास आणि त्यांची पत्नी भारती आनंदवन येथे रुग्णालय चालवतात आणि उपग्रह प्रकल्पांसह ऑपरेशन्सचे समन्वय साधतात. आनंदवनमध्ये एक विद्यापीठ, एक

अनाथाश्रम आणि अंध आणि मूकबधिरांसाठी शाळा आहेत. आनंदवन आश्रम स्वयंपूर्ण आहे आणि 5,000 पेक्षा जास्त रहिवासी आहेत. आमटे यांनी नंतर कुष्ठरोगी लोकांसाठी "सोमनाथ" आणि "अशोकवन" आश्रम स्थापन केले.

गांधीवाद

आमटे यांनी गांधींच्या जीवनपद्धतीचा अवलंब केला आणि संयमी जीवन जगले. आनंदवनात त्यांनी खादीचे कपडे घातले. त्यांनी गांधींच्या स्वयंपूर्ण ग्रामोद्योगाच्या संकल्पनेवर विश्वास ठेवला जो वरवर असहाय लोकांना सक्षम बनवतो आणि आनंदवन येथे त्यांच्या कल्पना यशस्वीपणे प्रत्यक्षात आणल्या. अहिंसक मार्गांचा वापर करून, त्यांनी भारताच्या स्वातंत्र्याच्या लढ्यात महत्त्वाची भूमिका बजावली. आमटे यांनी भ्रष्टाचार, गैरव्यवस्थापन आणि सरकारमधील गरीब, अदूरदर्शी नियोजन यांच्या विरोधात लढण्यासाठी गांधींच्या तत्वांचा वापर केला. मात्र, आमटे यांनी कधीही देवाला नाकारले नाही. ते म्हणायचे की जर लाखो ब्रह्मांड असतील तर देव खूप व्यस्त असला पाहिजे. आपण आपले काम स्वतः करू या.

मेधा पाटकर यांच्यासोबत नर्मदा बचाव आंदोलन

1990 मध्ये, आमटे यांनी नर्मदा नदीकाठी राहण्यासाठी आनंदवन सोडले आणि नर्मदा बचाव आंदोलन ("नर्मदा वाचवा") चळवळीत सामील झाले ज्यांच्या लोकप्रिय नेत्या मेधा पाटकर होत्या, ज्यांनी स्थानिक रहिवाशांचे अन्यायकारक विस्थापन आणि पर्यावरणाची हानी या दोन्हींविरुद्ध लढा दिला. नर्मदा नदीवरील सरदार सरोवर धरणाच्या बांधकामामुळे.

मृत्यू

आमटे यांचे 9 फेब्रुवारी 2008 रोजी आनंदवन येथे निधन झाले वयोमानाशी संबंधित आजाराने. अंत्यसंस्कार करण्यापेक्षा दफन करणे निवडून त्यांनी पर्यावरणवादी आणि समाजसुधारक म्हणून उपदेश केलेल्या तत्वांचे पालन केले.

पुरस्कार

पद्मश्री, 1971

रॅमन मॅगसेसे पुरस्कार, 1985

उद्धरण: "मुरलीधर देविदास आमटे यांना सार्वजनिक सेवेसाठी 1985 चा रॅमन मॅगसेसे पुरस्कार प्राप्त करण्यासाठी निवडून, विश्वस्त मंडळाने भारतीय कुष्ठरोगी रुग्ण आणि इतर अपंग बहिष्कृत लोकांच्या त्यांच्या कार्याभिमुख पुनर्वसनाला मान्यता दिली."

पद्मविभूषण, 1986

मानवाधिकार क्षेत्रातील संयुक्त राष्ट्र पुरस्कार, 1988

राष्ट्र भूषण, 1978: FIE फाउंडेशन इचलकरंजी (भारत)

जमनालाल बजाज पुरस्कार, १९७९ रचनात्मक कार्यासाठी

एनडी दिवाण पुरस्कार, 1980: नॅशनल सोसायटी फॉर इक्वल अपॉर्च्युनिटीज फॉर हँडिकॅप्ड (NASEOH), बॉम्बे

रामशास्त्री पुरस्कार, 1983: रामशास्त्री प्रभुणे फाउंडेशन, महाराष्ट्र, भारत

इंदिरा गांधी स्मृती पुरस्कार, 1985: उत्कृष्ट समाजसेवेसाठी मध्य प्रदेश सरकार

राजा राम मोहन रॉय पुरस्कार, 1986: दिल्ली

Fr. माशियो प्लॅटिनम ज्युबिली पुरस्कार, 1987: बॉम्बे

जीडी बिर्ला आंतरराष्ट्रीय पुरस्कार, 1988: मानवतावादातील उत्कृष्ट योगदानासाठी

टेम्पलटन पारितोषिक, 1990 बाबा आमटे आणि चार्ल्स बर्च (सिडनी विद्यापीठाचे एमेरिटस प्राध्यापक) यांना संयुक्तपणे 1990 मध्ये पुरस्कार प्रदान करण्यात आला

महादेव बळवंत नातू पुरस्कार, 1991, पुणे, महाराष्ट्र

आदिवासी सेवक पुरस्कार, 1991, महाराष्ट्र शासन

कुसुमाग्रज पुरस्कार, १९९१

डॉ.बाबासाहेब आंबेडकर दलित मित्र पुरस्कार, 1992, महाराष्ट्र शासन

श्री नेमीचंद श्रीश्रीमल पुरस्कार, 1994

Fr. टॉंग मेमोरियल अवॉर्ड, 1995, व्हॉलंटरी हेल्थ असोसिएशन ऑफ इंडिया

कुशल मित्र पुरस्कार, 1995: विदर्भ महारोगी सेवा मंडळ, अमरावती, महाराष्ट्र

भाई कन्हैया पुरस्कार, 1997: श्री गुरु हरकृष्ण एज्युकेशन ट्रस्ट, भटिंडा, पंजाब

मानव सेवा पुरस्कार, 1997: यंग मेन्स गांधीयन असोसिएशन, राजकोट, गुजरात

सारथी पुरस्कार, 1997, नागपूर, महाराष्ट्र

महात्मा गांधी चॅरिटेबल ट्रस्ट पुरस्कार, 1997, नागपूर, महाराष्ट्र

गृहिणी सखी सचिव पुरस्कार, 1997, गदिमा प्रतिष्ठान, महाराष्ट्र

कुमार गंधर्व पुरस्कार, 1998

अपंग मित्र पुरस्कार, 1998, अपंगांचे मदतनीस, कोल्हापूर, महाराष्ट्र

भगवान महावीर पुरस्कार, 1998, चेन्नई

दिवाळीबेन मोहनलाल मेहता पुरस्कार, 1998, मुंबई

न्यायमूर्ती केएस हेगडे फाउंडेशन पुरस्कार, 1998, कर्नाटक

बाया कर्वे पुरस्कार, 1998, पुणे, महाराष्ट्र

सावित्रीबाई फुले पुरस्कार, 1998, महाराष्ट्र शासन

फेडरेशन ऑफ इंडियन चेंबर्स ऑफ कॉमर्स अँड इंडस्ट्री अवॉर्ड, 1988: फिक्की, अपंग व्यक्तींच्या प्रशिक्षण आणि प्लेसमेंटमध्ये उत्कृष्ट कामगिरीसाठी

सतपॉल मित्तल पुरस्कार, 1998, नेहरू सिद्धांत केंद्र ट्रस्ट, लुधियाना, पंजाब

आदिवासी सेवक पुरस्कार, 1998, महाराष्ट्र शासन

गांधी शांतता पुरस्कार, 1999 4 8

डॉ. आंबेडकर इंटरनॅशनल अवॉर्ड फॉर सोशल चेंज, 1999, भारत सरकार 4 26 27

महाराष्ट्र भूषण पुरस्कार, 2004, महाराष्ट्र सरकार 28

भरतवास पुरस्कार, 2008

26 डिसेंबर 2018 रोजी, सर्च इंजिन Google ने त्यांच्या 104 व्या वाढदिवसानिमित्त गुगल डूडलद्वारे त्यांचे स्मरण केले.

कोट

"मला महान नेता व्हायचे नाही; मला एक असा माणूस व्हायचे आहे जो थोडे तेलाचे डबे घेऊन फिरतो आणि जेव्हा तो बिघडलेला दिसतो तेव्हा त्याला मदत करतो. माझ्यासाठी, असे करणारा माणूस कोणत्याही पवित्र माणसापेक्षा मोठा आहे. भगव्या रंगाच्या पोशाखात. ऑइलकॅन असलेला मेकॅनिक: हाच माझा जीवनातील आदर्श आहे." (ब्रिटिश पत्रकार ग्रॅहम टर्नर यांना दिलेले स्व-वर्णन)

"मी कुष्ठरोगाचे काम कोणाला मदत करण्यासाठी नाही, तर माझ्या आयुष्यातील त्या भीतीवर मात करण्यासाठी हाती घेतले आहे. ते इतरांसाठी चांगले कार्य करते हे एक उप-उत्पादन होते. पण वस्तुस्थिती अशी आहे की मी भीतीवर मात करण्यासाठी ते केले."

8
विनोबा भावे

विनोबा भावे

Social Reformers

Scan for Story Videos - www.itibook.com

आचार्य विनोबा भावे हे अहिंसावादी, स्वातंत्र्य कार्यकर्ते, समाजसुधारक आणि आध्यात्मिक शिक्षक होते. महात्मा गांधींचे उत्कट अनुयायी, विनोबांनी त्यांच्या अहिंसा आणि समतेच्या सिद्धांतांचे समर्थन केले. त्यांनी आपले जीवन गरीब आणि दीनांच्या सेवेसाठी समर्पित केले आणि त्यांच्या हक्कांसाठी उभे राहिले. त्यांचे बहुतेक प्रौढ जीवन त्यांनी बरोबर आणि चुकीच्या आध्यात्मिक विश्वासांवर केंद्रित असलेल्या तपस्वी शैलीचे नेतृत्व केले. ते त्यांच्या 'भूदान चळवळ' (जमीनची देणगी) साठी प्रसिद्ध आहेत. विनोबा एकदा म्हणाले होते, "सर्व क्रांती उगमस्थानात अध्यात्मिक असतात. माझ्या सर्व क्रियाकलापांचा एकमेव उद्देश हृदयाचे मिलन साधणे आहे." विनोबा हे 1958 मध्ये सामुदायिक नेतृत्वासाठी आंतरराष्ट्रीय रॅमन मॅगसेसे पुरस्काराचे पहिले प्राप्तकर्ते होते. त्यांना 1983 मध्ये मरणोत्तर भारतरत्न (भारताचा सर्वोच्च नागरी पुरस्कार) देखील प्रदान करण्यात आला.

प्रारंभिक जीवन

विनायक नरहरी भावे यांचा जन्म, 11 सप्टेंबर 1895 रोजी महाराष्ट्रातील कुलाबा जिल्ह्यातील गागोडे येथे, ते नरहरी शंभूराव आणि रुक्मिणी देवी यांचे ज्येष्ठ पुत्र होते. त्याला आणखी चार भावंडे, तीन भाऊ आणि एक बहीण होती. त्यांची आई रुक्मिणी देवी अतिशय धार्मिक व्यक्ती होती आणि त्यांनी विनोबांमध्ये अध्यात्मवादाची खोल भावना निर्माण केली होती. विद्यार्थी असताना विनोबांना गणिताची खूप आवड होती. आपल्या आजोबांच्या आश्रयाखाली भगवद्गीतेचा अभ्यास करून त्यांनी आध्यात्मिक विवेकही खूप लवकर विकसित केला.

चांगले विद्यार्थी असूनही, पारंपारिक शिक्षणाने विनोबांना कधीही अपील केले नाही. त्यांनी सामाजिक जीवनाचा त्याग करून हिमालयाकडे जाण्याचा विचार केला. इतर दिवशी त्यांनी भारतीय स्वातंत्र्यलढ्यात सामील होण्याचा विचार केला. धर्मग्रंथ आणि संस्कृतच्या ज्ञानाबरोबरच प्रादेशिक भाषा शिकून त्यांनी देशभर प्रवास सुरू केला. बनारस या पवित्र शहरात त्यांचा शेवट झाला, जिथे त्यांना महात्मा गांधींवरील एक तुकडा दिसला, विशेषतः बनारस हिंदू विद्यापीठात त्यांनी दिलेल्या भाषणाबद्दल. ते वाचल्यानंतर त्यांच्या आयुष्याचा मार्गच बदलून गेला. इंटरमिजिएट परीक्षेला बसण्यासाठी 1916 मध्ये मुंबईला जाताना त्यांनी शाळेचे आणि महाविद्यालयाचे संपूर्ण प्रमाणपत्र जाळून टाकले. त्यांनी गांधींशी पत्रव्यवहार सुरू केला, जे 20 वर्षीय विनोबांनी प्रभावित होऊन त्यांना अहमदाबादच्या कोचरब आश्रमात बोलावले. ७ जून १९१६ रोजी विनोबा गांधींना भेटले आणि त्यांनी आश्रमात वास्तव्य केले. आश्रमातील सर्व कार्यात ते कर्तव्यदक्षपणे सहभागी होत, तपस्याने आणि विरळ जीवन जगत. त्यांनी अखेरीस खादी आंदोलन, अध्यापन इत्यादीसारख्या गांधींनी आखलेल्या विविध कार्यक्रमांसाठी आपले जीवन समर्पित केले. आश्रमाचे दुसरे सदस्य मामा फडके यांनी त्यांना विनोबा (पारंपारिक मराठी उपाख्यान) हे नाव बहाल केले.

गांधींशी सहवास

विनोबा महात्मा गांधींची तत्त्वे आणि विचारधारा यांच्याकडे आकर्षित झाले होते आणि त्यांनी गांधींना राजकीय आणि आध्यात्मिक दोन्ही दृष्टिकोनातून आपले गुरू मानले. त्यांनी गांधींच्या नेतृत्वाचा कोणताही प्रश्न न करता अनुसरण केले. वर्षानुवर्षे विनोबा आणि गांधी यांच्यातील बंध अधिक घट्ट होत गेला आणि समाजासाठी विधायक कार्यक्रमांमध्ये त्यांचा सहभाग वाढत गेला. विनोबांना लिहिलेल्या पत्रात गांधींनी लिहिले होते, "तुझी स्तुती कोणत्या शब्दात करावी हे मला कळत नाही. तुझे प्रेम आणि तुझे चारित्र्य मला मोहित करते आणि तुझे आत्मपरीक्षण करते. मी तुझी योग्यता मोजण्यास योग्य नाही. मी तुझा स्वतःचा अंदाज स्वीकारतो आणि तुझ्यासाठी वडिलांचे स्थान स्वीकारतो." विनोबांनी आपल्या आयुष्याचा अधिक काळ गांधींनी आखलेल्या विविध कार्यक्रमांना पार पाडण्यासाठी नेत्याने स्थापन केलेल्या आश्रमांमध्ये घालवला. 8 एप्रिल 1921 रोजी गांधींच्या निर्देशानुसार विनोबा वर्धा येथे गांधी-आश्रमाची जबाबदारी घेण्यासाठी गेले. वर्धा येथील वास्तव्यादरम्यान भावे यांनी 'महाराष्ट्र धर्म' या नावाने मराठीत मासिकही काढले. मासिकात उपनिषदांवरील त्यांच्या निबंधांचा समावेश होता. स्वातंत्र्य मिळविण्यासाठी त्यांची राजकीय विचारधारा शांततापूर्ण असहकाराच्या तत्त्वांकडे निर्देशित होती. गांधीजींनी आखलेल्या सर्व राजकीय कार्यक्रमात ते सहभागी झाले आणि त्यातही ते सहभागी झाले. भारतीय आणि विविध धर्मांमधील समानता यासारख्या गांधींच्या सामाजिक श्रद्धांवर त्यांचा विश्वास होता.

स्वातंत्र्य लढ्यात भूमिका

महात्मा गांधींच्या प्रभावाखाली विनोबाही भारतीय स्वातंत्र्यलढ्यात सामील झाले. त्यांनी असहकाराच्या कार्यक्रमात भाग घेतला आणि विशेषतः परदेशी आयातीऐवजी स्वदेशी वस्तू वापरण्याच्या आवाहनात. त्यांनी खादीचे मंथन करणारे चरखा हाती घेतले आणि इतरांना तसे करण्यास उद्युक्त केले, परिणामी फॅब्रिकचे मोठ्या प्रमाणावर उत्पादन झाले.

1932 मध्ये विनोबा भावे यांच्यावर ब्रिटिश राजवटीविरुद्ध कट रचल्याचा आरोप करून सरकारने त्यांना सहा महिन्यांसाठी धुलियाला तुरुंगात टाकले. तेथे त्यांनी सहकैद्यांना 'भगवद्गीते'चे विविध विषय मराठीत समजावून सांगितले. धुलिया तुरुंगात त्यांनी गीतेवर दिलेली सर्व व्याख्याने संग्रहित करून नंतर पुस्तकाच्या रूपात प्रकाशित करण्यात आली.

1940 पर्यंत विनोबा भावे हे त्यांच्या आजूबाजूच्या लोकांनाच माहीत होते. 5 ऑक्टोबर 1940 रोजी महात्मा गांधींनी एक निवेदन जारी करून भावे यांचा देशाला परिचय करून दिला. त्यांना स्वतः गांधींनी प्रथम वैयक्तिक सत्याग्रही (सामूहिक कृतीऐवजी सत्यासाठी उभे राहणारे व्यक्ती) म्हणून निवडले होते.

समाजकार्य

विनोबा भावे यांनी विषमतेसारख्या सामाजिक दुष्कृत्यांचे उच्चाटन करण्यासाठी अथक परिश्रम घेतले. गांधींनी मांडलेल्या उदाहरणांनी प्रभावित होऊन, त्यांनी लोकांचे कारण पुढे केले ज्यांना त्यांचे गुरू प्रेमाने हरिजन म्हणतात. गांधींनी ज्या समाजाची कल्पना केली होती त्या समाजाची स्वतंत्र भारतात स्थापना करणे हे त्यांचे ध्येय होते. त्यांनी गांधींकडून सर्वोदय हा शब्द स्वीकारला ज्याचा सरळ अर्थ "सर्वांसाठी प्रगती" असा होतो. त्यांच्या अधिपत्याखालील सर्वोदय चळवळीने 1950 च्या दशकात विविध कार्यक्रम राबवले, त्यातील प्रमुख भूदान चळवळ आहे.

भूदान चळवळ

1951 मध्ये विनोबा भावे यांनी तेलंगणातील हिंसाचारग्रस्त प्रदेशातून पायी चालत शांतता-यात्रा सुरू केली. 18 एप्रिल 1951 रोजी पोचमपल्ली गावातील हरिजनांनी त्यांना उदरनिर्वाहासाठी सुमारे 80 एकर जमीन देण्याची विनंती केली. विनोबांनी गावातील जमीनदारांना पुढे येऊन हरिजनांना वाचवण्यास सांगितले. सर्वांना आश्चर्य वाटल्याने एक जमीनदार उठला आणि त्याने आवश्यक जमीन देऊ केली. या घटनेने त्याग आणि अहिंसेच्या इतिहासात नवा अध्याय जोडला. भूदान (भूमीची भेट) चळवळीची ती सुरुवात होती. तेरा वर्षे ही चळवळ सुरू

राहिली आणि विनोबांनी एकूण ५८७४१ किमी अंतराचा संपूर्ण देशाचा दौरा केला. सुमारे 4.4 दशलक्ष एकर जमीन गोळा करण्यात ते यशस्वी झाले, त्यापैकी सुमारे 1.3 दशलक्ष गरीब भूमिहीन शेतकऱ्यांना वाटण्यात आले. या चळवळीने जगभरातून वाहवा मिळवली आणि स्वयंसेवी सामाजिक न्यायाला चालना देण्याचा हा एकमेव प्रयोग असल्याबद्दल त्याचे कौतुक करण्यात आले.

धार्मिक कार्य

विनोबांवर भगवद्गीतेचा खूप प्रभाव होता आणि त्यांचे विचार आणि प्रयत्न पवित्र ग्रंथाच्या सिद्धांतांवर आधारित होते. साध्या जीवनपद्धतीला चालना देण्यासाठी त्यांनी अनेक आश्रम स्थापन केले, ज्यांनी परमात्म्यापासून लक्ष दूर केले. त्यांनी 1959 मध्ये ब्रह्म विद्या मंदिराची स्थापना केली, महिलांसाठी एक लहान समुदाय, महात्मा गांधींच्या शिकवणीच्या धर्तीवर स्वावलंबी बनण्याचे उद्दिष्ट आहे. गोहत्येवर त्यांनी कठोर भूमिका घेतली आणि जोपर्यंत गोहत्येवर भारतात बंदी घातली जात नाही तोपर्यंत उपोषण करण्याची घोषणा केली.

धार्मिक कार्य

साहित्यिक कार्य

त्यांच्या हयातीत त्यांनी अनेक पुस्तके लिहिली ज्यापैकी बहुतेक अध्यात्मिक सामग्रीवर आधारित होती. इंग्रजी आणि संस्कृत व्यतिरिक्त मराठी, तेलुगू, गुजराती, कन्नड, हिंदी, उर्दू या भारतीय प्रादेशिक भाषांसह अनेक भाषांवर त्यांचे प्रभुत्व होते. संस्कृतमध्ये लिहिलेल्या धर्मग्रंथांचा आशय त्यांनी विविध सामान्य भाषांमध्ये अनुवादित करून जनतेला सुवाच्य करून दिला. त्यांनी लिहिलेली काही पुस्तके म्हणजे स्वराज्यशास्त्र, गीता प्रवचने, तीसरी शक्ती किंवा थर्ड पॉवर इ.

मृत्यू

नोव्हेंबर 1982 मध्ये विनोबा भावे गंभीर आजारी पडले आणि त्यांनी जीवन संपवण्याचा निर्णय घेतला. त्याच्या शेवटच्या दिवसात त्याने कोणतेही अन्न आणि औषध घेण्यास नकार दिला. 15 नोव्हेंबर 1982

रोजी थोर समाजसुधारकाचे निधन झाले.

पुरस्कार

1958 मध्ये रॅमन मॅगसेसे पुरस्कार प्राप्त करणारे विनोबा भावे हे पहिले आंतरराष्ट्रीय व्यक्तिमत्व होते. त्यांना 1983 मध्ये मरणोत्तर भारतरत्न देण्यात आला.

टीका

तत्कालीन पंतप्रधान इंदिरा गांधी यांनी लादलेल्या आणीबाणीला पाठिंबा दिल्याबद्दल विनोबा भावे यांना 1975 मध्ये गंभीर वीट आली. लोकांना शिस्त शिकवण्यासाठी आणीबाणीची गरज असल्याचे भावे यांनी ॲड. अनेक अभ्यासक आणि राजकीय विचारवंतांच्या मते विनोबा भावे हे महात्मा गांधींचे केवळ अनुकरण करणारे होते.

9

नारायण गुरु

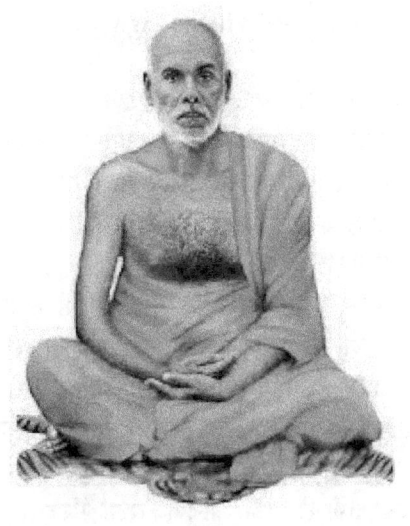

नारायण गुरु

Social Reformers

Scan for Story Videos - www.itibook.com

नारायण गुरु20 ऑगस्ट 1856 - 20 सप्टेंबर 1928) 1 हे भारतातील तत्त्वज्ञ, आध्यात्मिक नेते आणि समाजसुधारक होते. अध्यात्मिक ज्ञान आणि सामाजिक समता वाढवण्यासाठी त्यांनी केरळमधील जाति-ग्रस्त समाजातील अन्यायाविरुद्ध सुधारणा चळवळीचे नेतृत्व केले.

नारायणन, नानू, यांचा जन्म 20 ऑगस्ट 1856 रोजी त्रावणकोर राज्यातील तिरुअनंतपुरमजवळील चेम्पाझंथी गावात एका एझावा कुटुंबात मदन आसन आणि कुट्टियम्मा यांच्या घरी झाला. त्यांचे सुरुवातीचे शिक्षण चेम्पाझंथी मूथा पिल्लई यांच्या अंतर्गत गुरुकुलात झाले ज्या दरम्यान ते १५ वर्षांचे असताना त्यांची आई मरण पावली. वयाच्या २१ व्या वर्षी ते मध्य त्रावणकोरला संस्कृत विद्वान रमण पिल्लई आसन यांच्याकडून शिकण्यासाठी गेले ज्यांनी त्यांना वेद, उपनिषद शिकवले. आणि संस्कृतचे साहित्य आणि तार्किक वक्तृत्व. 1881 मध्ये त्यांचे वडील गंभीर आजारी असताना ते त्यांच्या गावी परतले आणि त्यांनी गावातील शाळा सुरू केली जिथे त्यांनी स्थानिक मुलांना शिकवले ज्यामुळे त्यांना नानू आसन असे नाव मिळाले. एका

वर्षानंतर, त्यांनी कालिअम्माशी लग्न केले परंतु लवकरच सामाजिक सुधारक म्हणून सार्वजनिक जीवन सुरू करण्यासाठी त्यांनी स्वतःला लग्नापासून वेगळे केले.

घर सोडून त्यांनी केरळ आणि तामिळनाडूमधून प्रवास केला आणि या प्रवासादरम्यान त्यांना चटम्पी स्वामीकल, एक सामाजिक आणि धार्मिक सुधारक भेटले, ज्यांनी अय्यवु स्वामीकल यांच्याशी गुरूची ओळख करून दिली ज्यांच्याकडून त्यांनी ध्यान आणि योग शिकले. नंतर, त्याने मरुथवामाला येथील पिल्लाथाडम गुहेपर्यंत पोहोचेपर्यंत आपली भटकंती सुरु ठेवली जिथे त्याने एक आश्रम स्थापन केला आणि पुढील आठ वर्षे ध्यान आणि योगाचा सराव केला. 1888 मध्ये, त्यांनी अरुविप्पुरमला भेट दिली जिथे त्यांनी काही काळ ध्यान केले आणि तेथे राहताना त्यांनी नदीतून घेतलेल्या खडकाच्या तुकड्याला शिवाची मूर्ती म्हणून अभिषेक केला, जे तेव्हापासून अरुविप्पुरम शिव मंदिर बनले आहे. पुढे अरुविपुरम प्रतिष्ठा या नावाने ओळखल्या जाणाऱ्या या कृत्याने उच्चवर्णीय ब्राह्मणांमध्ये एक सामाजिक खळबळ उडवून दिली ज्यांनी गुरूंच्या मूर्तीला अभिषेक करण्याच्या अधिकारावर प्रश्नचिन्ह उपस्थित केले. त्यांनी त्यांना उत्तर दिले की "हा ब्राह्मण शिव नसून एझवा शिव आहे" नंतर जातीवादाच्या विरोधात वापरले जाणारे प्रसिद्ध कोट बनले. येथेच श्री नारायण धर्म परिपालन योगम (SNDP योगम) ची स्थापना 15 मे 1903 रोजी पद्मनाभन पालपू, डॉ. पालपू या नावाने ओळखले जाते, नारायण गुरू यांच्या प्रयत्नाने नारायण गुरू यांचे संस्थापक अध्यक्ष होते.

गुरूंनी 1904 मध्ये वर्कलाजवळील शिवगिरी येथे आपला तळ हलवला जेथे त्यांनी समाजातील खालच्या स्तरातील मुलांसाठी शाळा उघडली आणि त्यांची जात विचारात न घेता त्यांना मोफत शिक्षण दिले. तथापि, तेथे एक मंदिर बांधण्यासाठी त्याला सात वर्षे लागली, शारदा मठ 1912 मध्ये बांधला गेला. त्याने थ्रिसूर, कन्नूर, अंचुथेंगू, थलास्सेरी, कोझिकोड आणि मंगलोर सारख्या इतर ठिकाणी देखील मंदिरे बांधली आणि ते त्याला घेऊन गेले. श्रीलंकेसह अनेक ठिकाणे (त्याला सिलोन म्हटले जाते) जिथे त्यांनी 1926 मध्ये त्यांची अंतिम

भेट दिली. भारतात परतल्यावर, 1927 मध्ये पल्लाथुरुथीच्या भेटीनंतर नियोजित केलेल्या शिवगिरी यात्रेच्या नियोजनासह अनेक उपक्रमांमध्ये त्यांचा सहभाग होता. SNDP योगमच्या वर्धापन दिनाला उपस्थित राहण्यासाठी.

पल्लाथुरुथी येथे झालेल्या सभेनंतर, जो तो शेवटचा सार्वजनिक कार्यक्रम होता, गुरू आजारी पडला आणि अलुवा, त्रिशूर, पलक्कड आणि शेवटी चेन्नई येथे उपचार घेतले; त्यांच्याकडे उपस्थित असलेल्या डॉक्टरांमध्ये चोलायल मामी वैद्यर, पानप्पल्ली कृष्णन वैद्यर आणि थायकौट्टू दिवाकरन मूस यांसारखे आयुर्वेदिक चिकित्सक तसेच ॲलोपॅथिक चिकित्सक उदा. . कृष्णन थंपी, पणिक्कर, पालपू आणि नोबल नावाचे युरोपियन वैद्य. ते शारदा मठात परतले आणि 20 सप्टेंबर 1928 रोजी वयाच्या 72 व्या वर्षी त्यांचे निधन झाले.

वारसा

जातीवादाच्या विरोधात लढा

केरळमध्ये 19व्या आणि 20व्या शतकाच्या सुरुवातीच्या काळात जातिवाद पाळला जात होता आणि एझाव सारख्या खालच्या जातीच्या लोकांना आणि परैयार, आदिवासी आणि पुलयार सारख्या अस्पृश्य जातींना उच्च जातीच्या समुदायाकडून भेदभाव सहन करावा लागला होता या भेदभावाच्या विरोधात गुरूंनी केले. त्याचे पहिले मोठे सार्वजनिक कृत्य, १८८८ मध्ये अरुविप्पुरम येथे शिव मूर्तीचा अभिषेक. एकूणच, त्याने केरळ आणि तामिळनाडूमधील पंचेचाळीस मंदिरे पवित्र केली. सत्य, नीतिशास्त्र, करुणा, प्रेम, शाकाहारी शिव, आरसा आणि इटालियन शिल्पकाराने केलेले शिल्प हे शब्द कोरलेले स्लॅब त्याच्याद्वारे केलेल्या विविध अभिषेकांपैकी होते. त्यांनी करुणा आणि धार्मिक सहिष्णुतेच्या आदर्शांचा प्रचार केला आणि त्यांच्या उल्लेखनीय कार्यांपैकी एक, अनुकंपदासकम, कृष्ण, बुद्ध, आदि शंकरा, येशू ख्रिस्त यासारख्या विविध धार्मिक व्यक्तींचे गौरव करते.

वैकोम सत्याग्रह

वैकोम सत्याग्रहाचा सामाजिक निषेध हे त्रावणकोरच्या हिंदू समाजातील अस्पृश्यतेविरुद्ध खालच्या जातीने केलेले आंदोलन होते.

नारायण गुरूंना एका उच्चवर्णीय व्यक्तीने वैकोम मंदिराकडे जाणाऱ्या रस्त्यावरून जाण्यापासून रोखले तेव्हा निषेधाची घटना घडली होती. कुमारन आसन आणि मुलूर एस. पद्‌मनाभ पणिकर, दोन्ही गुरूंचे शिष्य, या घटनेच्या निषेधार्थ कविता लिहिण्यास प्रवृत्त केले. टीके माधवन या आणखी एका शिष्याने 1918 मध्ये श्रीमूलम पॉप्युलर असेंब्लीकडे जातीचा विचार न करता मंदिरात प्रवेश आणि पूजा करण्याच्या अधिकारासाठी याचिका केली. के. केलप्पन आणि केपी केसव मेनन यांच्यासह अनेक लोकांनी एक समिती स्थापन करून केरळ पर्यतनम चळवळीची घोषणा केली आणि महात्मा गांधींच्या पाठिंब्याने हे आंदोलन जनआंदोलनात रूपांतरित झाले ज्यामुळे मंदिर तसेच तीन रस्ते उघडण्यात आले. ते सर्व जातीतील लोकांना. या निषेधाचा 1936 च्या मंदिर प्रवेश घोषणेवरही प्रभाव पडला.

शिवगिरी तीर्थक्षेत्र

शिवगिरी तीर्थक्षेत्राची संकल्पना गुरूंच्या तीन शिष्यांनी केली होती. वल्लभसेरी गोविंदन वैद्‌य, टीके कित्तन लेखक आणि मूलूर एस. पद्‌मनाभ पणिकर यांनी 1928 मध्ये स्वतःच्या शिफारशींसह गुरूंनी मान्यता दिलेली आहे. , कृषी, व्यापार, हस्तकला आणि तांत्रिक प्रशिक्षण आणि शिवगिरी तीर्थक्षेत्राचा मुख्य उद्‌देश असल्याचे सांगून या आदर्शांच्या आचरणावर भर देण्यासाठी या विषयांवर व्याख्यानांची मालिका आयोजित करण्याचा सल्ला वैद्‌य आणि लेखकांना दिला. तथापि, त्याच्या मृत्यूनंतर लगेचच 1932 पर्यंत या प्रकल्पाला विलंब झाला जेव्हा पहिली तीर्थयात्रा पथनामथिट्‌टा जिल्ह्यातील एलावुमथिट्‌टा येथून करण्यात आली.

लेखन आणि तत्वज्ञान

गुरूंनी मल्याळम, संस्कृत आणि तमिळ भाषांमध्ये ग्रंथ प्रकाशित केले ज्यात आत्मोपदेसा सातकम, शंभर श्लोकांची अध्यात्मिक कविता आणि दैवा दसकम, दहा श्लोकांमध्ये सार्वत्रिक प्रार्थना समाविष्ट आहे. वल्लुवरचे थिरुकुरल, ईशावस्य उपनिषद आणि कन्नूदैय्या वल्लालारचे ओझिविल ओडुक्कम या तीन प्रमुख ग्रंथांचे त्यांनी भाषांतरही केले. त्यांनीच एक जात, एक धर्म, एक देव सर्वांसाठी (ओरू जाठी, ओरु

माथम, ओरु दैवम, मनुष्यनु) या ब्रीदवाक्याचा प्रसार केला जो केरळमध्ये एक म्हण म्हणून लोकप्रिय झाला आहे. त्यांनी सामाजिक समता आणि वैश्विक बंधुत्वाच्या संकल्पना जोडून आचरणात आणून आदि शंकराचे अद्वैतवादी तत्वज्ञान पुढे आणले.

सर्व धर्म परिषद

गुरूंनी 1923 मध्ये अल्वे अद्वैत आश्रमात सर्व धर्म परिषदेचे आयोजन केले होते, जो भारतातील अशा प्रकारचा पहिला कार्यक्रम असल्याचे नोंदवले गेले. एझावा समुदायाला संवेदनाक्षम असलेल्या धार्मिक धर्मांतराचा प्रतिकार करण्याचा हा एक प्रयत्न होता आणि परिषदेच्या प्रवेशद्वारावर, त्यांनी एक संदेश प्रदर्शित करण्याची व्यवस्था केली ज्यामध्ये लिहिले होते, आम्ही येथे वाद घालण्यासाठी आणि जिंकण्यासाठी नाही तर जाणून घेण्यासाठी आणि बनण्यासाठी भेटतो. ज्ञात उद्धरण आवश्यक तेव्हापासून ही परिषद वार्षिक कार्यक्रम बनली आहे, जी दरवर्षी आश्रमात आयोजित केली जाते.

1916 मध्ये, रामन महर्षींनी नारायण गुरूंना त्यांच्या तिरुवन्नमलाई आश्रमात होस्ट केले जेव्हा गुरू कांचीपुरमच्या सहलीवरून परतत होते जेथे गुरूंचे शिष्य स्वामी गोविंदानंद यांनी श्री नारायण सेवा आश्रमाची स्थापना केली होती. रवींद्रनाथ टागोर नोव्हेंबर 1922 मध्ये शिवगिरी येथील नंतरच्या आश्रमात नारायण गुरूंना भेटले. टागोर नंतर नारायण गुरूबद्दल म्हणाले की, "आध्यात्मिकदृष्ट्या स्वामी नारायण गुरूपेक्षा श्रेष्ठ किंवा आध्यात्मिक सिद्धीमध्ये त्यांच्या बरोबरीने असणारी व्यक्ती मला कधीच भेटली नाही. ". तीन वर्षांनंतर, महात्मा गांधींनी 1925 च्या वैकोम सत्याग्रहात सहभागी होण्यासाठी केरळच्या दौऱ्यात गुरूंना भेट दिली 35 त्यानंतर भारतीय स्वातंत्र्य चळवळीच्या नेत्याने असे म्हटले की "त्यांच्या आयुष्यातील आदरणीय ऋषींचे दर्शन घेणे हा एक मोठा बहुमान होता. श्री नारायण गुरु." उद्धरण आवश्यक

21 ऑगस्ट 1967 रोजी नारायण गुरूंचे स्मरण nP मूल्याच्या भारतीय टपाल तिकिटावर करण्यात आले. श्रीलंका पोस्टने 4 सप्टेंबर 2009 रोजी त्यांच्यावरील आणखी एक स्मरणार्थ तिकिट जारी केले.

भारतीय रिझर्व्ह बँकेने त्यांच्या 150 व्या जयंती निमित्त गुरूची प्रतिमा दर्शविणारी स्मृती नाण्यांचे दोन संच जारी केले, प्रत्येकाचे मूल्य अनुक्रमे £5 आणि £100 आहे. उद्धरण आवश्यक

नारायण गुरूच्या अनेक पुतळ्यांपैकी पहिली मूर्ती जगन्नाथ मंदिर, थलासेरी येथे 1927 मध्ये ते जिवंत असताना उभारण्यात आली होती. केरळमध्ये अनेक ठिकाणी त्यांचे पुतळे दिसतात ज्यात तिरुअनंतपुरममधील कैथमुक्कू येथील 24 फुटांचा पुतळा आहे. केरळ सरकार नारायण गुरूंचा वाढदिवस, श्री नारायण जयंती आणि मृत्यूची तारीख (श्री नारायण गुरु समाधी) सार्वजनिक सुट्टी म्हणून पाळते.

लोकप्रिय माध्यमांमध्ये

नारायण गुरूचे जीवन 1986 च्या श्री नारायण गुरू या चित्रपटापासून सुरू झालेल्या अनेक चित्रपटांमध्ये चित्रित केले गेले आहे, पुरस्कार विजेते दिग्दर्शक पीए बॅकर यांनी बनवलेले. कृष्णस्वामी दिग्दर्शित स्वामी श्रीनारायण गुरू हा भारतीय मल्याळम भाषेतील चित्रपट त्याच वर्षी प्रदर्शित झाला. जवळपास दीड दशकांनंतर, आर. सुकुमारन यांनी 2010 मध्ये गुरूच्या जीवनावर युगपुरुष नावाचा चित्रपट बनवला, ज्यामध्ये थलायवासल विजय यांनी गुरूची भूमिका केली होती आणि या चित्रपटात मामूट्टी आणि नव्या नायर देखील होते. ब्रह्मश्री नारायण गुरु स्वामी हा 2014 मध्ये राजशेकर कोटियन यांनी गुरूच्या जीवनावर बनवलेला तुलू चित्रपट आहे आणि हा चित्रपट भाषेतील 5वा चित्रपट होता. त्यांनी मरुथवामाला (ज्याला मरुन्नुमामला म्हणूनही ओळखले जाते) येथे व्यतीत केलेल्या आठ वर्षांतील त्यांचे जीवन एका डॉक्युफिक्शनमध्ये रूपांतरित केले गेले आहे, ज्याचे नाव मरुन्नुमामाला आहे आणि हा चित्रपट केरळचे मुख्यमंत्री पिनाराई विजयन यांनी 9 ऑगस्ट 2016 रोजी रिलीज केला होता.

10

रामानंद

रामानंद

Social Reformers

Scan for Story Videos - www.itibook.com

श्री रामानंदाचार्य (IAST: Ramananda) हे 14व्या शतकातील वैष्णव भक्ती कवी संत होते, जे उत्तर भारतातील गंगेच्या खोऱ्यात राहत होते. 3 हिंदू परंपरा त्यांना रामानंदी संप्रदायाचे संस्थापक 2 , आधुनिक काळातील सर्वात मोठा संन्यासी हिंदू संन्यासी समुदाय म्हणून ओळखते.

ब्राह्मण कुटुंबात जन्मलेले, रामानंद आपल्या आयुष्यातील बहुतांश काळ वाराणसी या पवित्र शहरात राहिले. त्यांची जन्मतारीख 30 डिसेंबर आहे परंतु मृत्यू अनिश्चित आहे, परंतु ऐतिहासिक पुराव्यांवरून असे सूचित होते की ते सर्वात प्राचीन संतांपैकी एक होते आणि भक्ती चळवळ उत्तर भारतात झपाट्याने विकसित होत असताना, 14व्या आणि 15व्या शतकाच्या मध्यात कधीतरी त्यांच्या काळात एक अग्रगण्य व्यक्तिमत्व होते. इस्लामिक राजवटीचा काळ. परंपरेने असे प्रतिपादन केले आहे की रामानंदांनी त्यांचे तत्त्वज्ञान आणि भक्तीविषयक थीम दक्षिण भारतीय वेदांत तत्त्वज्ञ रामानुज यांच्या प्रेरणेने विकसित केल्या होत्या, तथापि पुरावे असेही सूचित करतात की रामानंद हे हिंदू तत्त्वज्ञानाच्या योग विद्यालयातील नाथपंथी

संन्याशांवर प्रभाव टाकत होते.

सुरुवातीचे समाजसुधारक, रामानंद यांनी लिंग, वर्ग असा भेदभाव न करता शिष्य स्वीकारले. पारंपारिक विद्वत्ता असे मानते की त्याच्या शिष्यांमध्ये भक्ती चळवळीतील कवी-संत जसे की कबीर, रविदास, भगत पीपा आणि इतरांचा समावेश होता, तथापि काही उत्तर आधुनिक विद्वानांनी या आध्यात्मिक वंशावर प्रश्नचिन्ह उपस्थित केले आहे तर काहींनी ऐतिहासिक पुराव्यांसह या वंशाचे समर्थन केले आहे. शिखांच्या पवित्र धर्मग्रंथ गुरु ग्रंथसाहिबमध्ये त्याच्या श्लोकाचा उल्लेख आहे.

रामानंद हे त्यांच्या कार्यांची रचना करण्यासाठी आणि अध्यात्मिक विषयांवर स्थानिक हिंदीमध्ये चर्चा करण्यासाठी ओळखले जात होते, असे सांगून की यामुळे लोकांपर्यंत ज्ञान सुलभ होते.

रामानंदांच्या जीवनाविषयी निश्चिततेने फारसे माहिती नाही, ज्यात जन्म आणि मृत्यू वर्षाचा समावेश आहे त्यांचे चरित्र दुय्यम साहित्य आणि विसंगत हॅगिओग्राफीमध्ये त्यांच्या उल्लेखावरून प्राप्त झाले आहे.

सर्वात स्वीकार्य आवृत्ती असे मानते की रामानंद यांचा जन्म एका ब्राह्मण कुटुंबात, १४व्या शतकाच्या मध्यात झाला आणि १५व्या शतकाच्या मध्यात त्यांचा मृत्यू झाला. जरी काही लोक त्याला दक्षिणेकडील मूळ मानतात, परंतु अशा दाव्याचे समर्थन करण्यासाठी कोणताही पुरावा नाही. किंबहुना, रामानंद यांचा जन्म प्रयागा (अलाहाबाद) येथे झाला होता असे म्हणण्याशी सर्व खरे भारतीय स्रोत सहमत आहेत.

"त्याच्या दक्षिणेकडील उत्पत्तीबद्दल एकही शब्द बोलला जात नाही, आणि तो कान्यकुब्ज ब्राह्मण असल्याचे सांगण्यात आले हे सत्य अशा सिद्धांताच्या विरुद्ध आहे" -जॉर्ज ए. ग्रीरसन (1920).

नाभादासांच्या मध्ययुगीन भक्तमाला ग्रंथानुसार, रामानंदांनी वैष्णव धर्माच्या वेदांत-आधारित वातकलाई (उत्तर, राम-अवतार) शाळेत राघवानंद या गुरु (शिक्षक) यांच्या हातून शिक्षण घेतले.

"रामानंदांचे शिक्षक होते, राघवानंद, जे दक्षिणेतून आले होते, आणि बरीच भटकंती करून बनारसला स्थायिक झाले होते. दक्षिणेत नव्हे, तर

रामानंद हे त्यांचे शिष्य होते." -जॉर्ज ए. ग्रीरसन (1920).

इतर विद्वानांचे म्हणणे आहे की रामानंदांचे शिक्षण आदि शंकराच्या अद्वैत वेदांत शाळेत सुरू झाले, ते राघवानंदांना भेटण्यापूर्वी आणि रामानुजांच्या विशिष्टाद्वैत वेदांत शाळेत शिकण्यास सुरुवात केली.

साहित्यिक कामे

रामानंदांना अनेक भक्ती कवितांचे लेखक म्हणून श्रेय दिले जाते, परंतु बहुतेक भक्ती चळवळीतील कवींप्रमाणेच ते या कवितांचे लेखक होते की नाही हे स्पष्ट नाही. हिंदीतील दोन ग्रंथ, ज्ञान-लीला आणि योग-चिंतामणी हेही रामानंदांचे श्रेय आहेत, जसे की संस्कृत ग्रंथ वैष्णव माता भजभास्कर आणि रामरचन पदधती आहेत. तथापि, शीख धर्माच्या मूळ आणि जतन केलेल्या हस्तलिखितांमध्ये आणि हस्तलिखित नागरी-प्रकारिणी सभेतील कविता अस्सल मानल्या जातात आणि त्या रामानंदमधील निर्गुण (गुणरहित देव) विचारप्रवाहावर प्रकाश टाकतात.

तत्वज्ञान

रामानंदांनी त्यांचे तत्त्वज्ञान आणि भक्तीविषयक थीम दक्षिण भारतीय वेदांत तत्त्वज्ञ रामानुज यांच्याकडून प्रेरित करून विकसित केल्या, तथापि पुरावे असेही सूचित करतात की रामानंद हे हिंदू तत्त्वज्ञानाच्या योग विद्यालयाच्या नाथपंथी संन्याशांवर प्रभाव टाकत होते.

अँटोनियो रिगोपौलोस म्हणतात की रामानंदांच्या शिकवणी "अद्वैत वेदांत आणि वैष्णव भक्ती यांच्यातील संश्लेषणाचा प्रयत्न" होत्या. ते पुढे म्हणतात की अध्यात्म रामायणाच्या 15 व्या शतकातील मजकुरात समान दुवा आढळू शकतो, परंतु रामानंदांच्या शिकवणीने त्या मजकुराची प्रेरणा दिली असा कोणताही ऐतिहासिक पुरावा नाही.

शास्त्रींनी असा सिद्धांत मांडला आहे की रामानंदांचे दोन भिन्न हिंदू तत्त्वज्ञानातील गुंतागुंतीचे ब्रह्मज्ञानशास्त्र हे स्पष्ट करते की त्यांनी अनुक्रमे सगुण ब्रह्म आणि निर्गुण ब्रह्म किंवा गुणधर्म असलेला देव आणि गुण नसलेला देव का स्वीकारला. शास्त्री सुचवतात की त्यांचा

सिद्धांत रामानंदांच्या शिष्यांनी भक्ती चळवळीतील दोन समांतर प्रवाह म्हणून सगुण आणि निर्गुणाचा सह-विकसित का केला याचे स्पष्टीकरण देते. तथापि, या सिद्धांताला ऐतिहासिक पुराव्यांचा अभाव आहे आणि त्याला विद्वानांची व्यापक मान्यता मिळालेली नाही.

एंझो टर्बियानी म्हणतात की रामानंद साहित्य जे अस्सल मानले जाते, ते भक्ती चळवळीच्या आधिभौतिक तत्त्वांमध्ये एक मैलाचा दगड विकास सूचित करते. रामानंद ठामपणे सांगतात की तपस्या आणि तपस्या निरर्थक आहेत, जर एखाद्या व्यक्तीला हरि (विष्णू) हे स्वतःचे अंतरंग समजले नाही. तो उपवास आणि कर्मकांडांवर टीका करतो, असे म्हणत की यांत्रिकी महत्त्वाची नाही आणि जर व्यक्तीने ब्रह्म (सर्वोच्च अस्तित्व) च्या स्वरूपाचे प्रतिबिंब आणि आत्मपरीक्षण करण्याची संधी घेतली नाही तर ते निरुपयोगी आहेत. रामानंद सांगतात की पवित्र मजकूराचे रटून वाचन करून काही फायदा होत नाही, जर व्यक्ती मजकूर काय संवाद साधण्याचा प्रयत्न करत आहे हे समजू शकली नाही.

वारसा

रामानंदांना उत्तर भारतातील संत-परंपरा (शब्दशः, भक्ती संतांची परंपरा) संस्थापक म्हणून सन्मानित केले जाते. उत्तर भारतातील गंगा नदीचे मैदान इस्लामिक राजवटीत असताना, त्यांच्या प्रयत्नांनी हिंदूंना पुनरुज्जीवित करण्यात आणि राम उपासनेच्या वैयक्तिक, थेट भक्ती स्वरूपाकडे, त्यांचा उदारमतवाद आणि जन्म किंवा लिंगापेक्षा भक्ताच्या वचनबद्धतेवर लक्ष केंद्रित करण्यात मदत झाली. ज्याने जीवनाच्या विविध क्षेत्रातील लोकांना अध्यात्माकडे आकर्षित केले आणि अध्यात्मिक कल्पनांसाठी त्यांनी संस्कृतऐवजी स्थानिक भाषेचा वापर केल्याने लोकांसाठी शेअरिंग आणि प्रतिबिंब सोपे झाले.

भारतातील सर्वात मोठा तपस्वी समुदाय: रामानंदी संप्रदाय

रामानंद हे नाव असलेल्या रामानंदी संप्रदायाचे (श्री रामवत किंवा श्री संप्रदाय किंवा वैरागी संप्रदाय) संस्थापक आहेत. हा भारतातील सर्वात मोठा तपस्वी समुदाय आहे आणि त्यांचे सदस्य रामानंदी, वैरागी किंवा बैरागी म्हणून ओळखले जातात. ते त्यांच्या स्वतः ला अत्यंत शिस्तबद्ध, कठोर, संरचित आणि साध्या जीवनशैलीसाठी ओळखले

जातात. रिचर्ड बर्घोर्ट हे मान्य करतात की रामानंद हे रामानंदी संप्रदायाच्या परंपरेतील संस्थापक म्हणून पूज्य आहेत, परंतु ते जोडतात की त्याच्या उत्पत्तीबद्दलचे ऐतिहासिक पुरावे कमी आहेत आणि रामानंदांच्या मृत्यूनंतर काही शतकांनंतर भारतातील सर्वात मोठ्या मठ समुदायाने शक्ती गोळा केली असावी.

सामाजिक सुधारणा

रामानंद हे उत्तर भारतातील प्रभावशाली समाजसुधारक होते. त्यांनी ज्ञानाचा पाठपुरावा आणि प्रत्यक्ष भक्तीपर अध्यात्माचा पाठपुरावा केला आणि जन्म कुटुंब, लिंग किंवा धर्म यावर आधारित भेदभाव केला नाही.

साधूला त्याची जात विचारू नका, त्याला ज्ञानाबद्दल विचारा.

स्वामी रामानंद कविता

रामानंदांची एक कविता, मूळतः हिंदीमध्ये लिहिलेली, मंदिरात जाण्याच्या आमंत्रणाला दिलेला प्रतिसाद आहे, 28 आणि उत्तरात असे म्हटले आहे की मंदिरात जाण्याची गरज नाही कारण देव व्यक्तीमध्ये आहे, सर्व गोष्टींमध्ये आणि प्रत्येकामध्ये सर्वव्यापी आहे.

मी कुठे जाऊ?
मी घरी आनंदी आहे.
माझे हृदय माझ्याबरोबर जाणार नाही,
माझे मन पांगळे झाले आहे.
एक दिवस माझ्या मनात एक इच्छा निर्माण झाली,
मी अनेक सुगंधी तेलांसह चंदन ग्राउंड करतो.
मी मंदिरात गेलो, तिथे त्याची पूजा करायला,
मग माझ्या गुरूंनी मला माझ्या हृदयातील ब्रह्म अंतिम वास्तव, देव दाखवले.
मी जिथे जातो तिथे मला फक्त पाणी आणि दगड दिसतात.
पण ब्रह्म सर्वांत आहे.
मी सर्व वेद आणि पुराणे शोधून काढले आहेत.
ब्राह्मण इथे नसते तरच तुम्ही तिथे जा.
हे खरे गुरू, मी तुला त्याग करतो.

तू माझा सर्व संभ्रम आणि शंका दूर केली आहेस.
रामानंदांचा भगवान सर्वव्यापी ब्रह्म आहे,
गुरूच्या शब्दाने लाखो कर्मांचा अंत होतो.
—१राग बसंतमधील रामानंद, आदि ग्रंथ ११९५

11
बिपीन चंद्र पाल

बिपीन चंद्र पाल

Social Reformers

Scan for Story Videos - www.itibook.com

बिपिन चंद्र पाल (बंगाली: उच्चारण (मदत · माहिती); 7 नोव्हेंबर 1858 - 20 मे 1932) हे भारतीय राष्ट्रवादी, लेखक, वक्ते, समाजसुधारक आणि भारतीय स्वातंत्र्य चळवळीतील होते. स्वातंत्र्य सैनिक. ते "लाल बाल पाल" या त्रिकुटातील एक तृतीयांश होते. पाल हे श्री अरबिंदो यांच्यासह स्वदेशी चळवळीचे प्रमुख शिल्पकार होते. ब्रिटिश वसाहतवादी सरकारने बंगालच्या फाळणीलाही त्यांनी विरोध केला.

बिपिन चंद्र पाल यांचा जन्म पोइल, हबीगंज, सिल्हेट जिल्हा, ब्रिटीश भारताच्या बंगाल प्रेसिडेन्सी या गावात हिंदू बंगाली कायस्थ कुटुंबात झाला. त्यांचे वडील रामचंद्र पाल हे पर्शियन विद्वान आणि छोटे जमीनदार होते. त्यांनी चर्च मिशन सोसायटी कॉलेज (आताचे सेंट पॉल कॅथेड्रल मिशन कॉलेज), कलकत्ता विद्यापीठाचे संलग्न महाविद्यालय येथे शिकले आणि शिकवले. त्यांनी इंग्लंडमधील नवीन मँचेस्टर कॉलेज, ऑक्सफर्ड येथे एक वर्ष तुलनात्मक धर्मशास्त्राचा अभ्यास केला परंतु अभ्यासक्रम पूर्ण केला नाही. त्यांचा मुलगा निरंजन पाल हा बॉम्बे टॉकीजच्या संस्थापकांपैकी एक होता. एक जावई आयसीएस अधिकारी एसके डे होते, जे नंतर केंद्रीय मंत्री झाले. त्यांचे दुसरे जावई

स्वातंत्र्यसैनिक उल्लासकर दत्ता होते ज्यांनी त्यांच्या बालपणीच्या प्रेमाची आवड लीला दत्ता यांच्याशी त्यांच्या शेवटच्या वयात अनेक परिस्थितींनंतर विवाह केला.

बिपिन चंद्र पाल मुलाचे कुटुंब - निरंजन पाल (बॉम्बे टॅकीजचे संस्थापक) नातू- कॉलिन पाल (शूटिंग स्टारचे लेखक) चित्रपट दिग्दर्शक ग्रेट ग्रँडसन - दीप पाल (स्टेडीकॅम कॅमेरावर्क). राजकारणात जेवढे क्रांतिकारक होते, तेवढेच पाल त्यांच्या खासगी आयुष्यातही होते. त्याची पहिली पत्नी मरण पावल्यानंतर त्याने एका विधवेशी लग्न केले आणि ब्राह्मोसमाजात प्रवेश केला.

काम

पाल यांना भारतातील क्रांतिकारी विचारांचे जनक म्हणून ओळखले जाते. पाल हे भारतीय राष्ट्रीय काँग्रेसचे प्रमुख नेते बनले. 1887 मध्ये झालेल्या भारतीय राष्ट्रीय काँग्रेसच्या मद्रास अधिवेशनात, बिपिन चंद्र पाल यांनी भेदभाव करणारा शस्त्र कायदा रद्द करण्याची जोरदार मागणी केली. लाला लजपत राय आणि बाळ गंगाधर टिळक यांच्यासोबत ते लाल-बाल-पाल त्रिकुटाचे होते जे क्रांतिकारी कार्याशी संबंधित होते. श्री अरबिंदो घोष आणि पाल यांना पूर्ण स्वराज, स्वदेशी, बहिष्कार आणि राष्ट्रीय शिक्षणाच्या आदर्शांभोवती फिरणाऱ्या नवीन राष्ट्रीय चळवळीचे प्रमुख प्रवर्तक म्हणून ओळखले गेले. त्यांच्या कार्यक्रमात स्वदेशी, बहिष्कार आणि राष्ट्रीय शिक्षणाचा समावेश होता. त्यांनी स्वदेशीचा वापर आणि गरिबी आणि बेरोजगारी दूर करण्यासाठी विदेशी वस्तूंवर बहिष्कार टाकण्याचा प्रचार आणि प्रोत्साहन दिले. त्यांना स्वरूपातून सामाजिक दुष्कृत्ये काढून टाकायची होती आणि राष्ट्रीय टीकेतून राष्ट्रवादाची भावना जागृत करायची होती. ब्रिटिश वसाहती सरकारशी असहकाराच्या स्वरूपातील सौम्य निषेधावर त्यांचा अजिबात विश्वास नव्हता. त्या एका मुद्द्यावर, ठाम राष्ट्रवादी नेत्याचे महात्मा गांधींशी काहीही साम्य नव्हते. आयुष्याच्या शेवटच्या सहा वर्षात त्यांनी काँग्रेसशी फारकत घेतली आणि एकांतवासाचे जीवन व्यतीत केले. श्री अरबिंदो यांनी त्यांचा उल्लेख राष्ट्रवादाच्या पराक्रमी संदेष्ट्यांपैकी एक म्हणून केला. बिपीनचंद्र पाल यांनी सामाजिक आणि

आर्थिक विकृती दूर करण्यासाठी प्रयत्न केले. त्यांनी जातिव्यवस्थेला विरोध केला आणि विधवा पुनर्विवाहाचा पुरस्कार केला. त्यांनी 48 तासांच्या कामाच्या आठवड्याची वकिली केली आणि कामगारांच्या वेतनात वाढ करण्याची मागणी केली. त्यांनी गांधींच्या मार्गांबद्दल तिरस्कार व्यक्त केला, ज्यावर त्यांनी टीका केली की ते "तर्क" ऐवजी "जादू" मध्ये आहेत.

पत्रकार म्हणून, पाल यांनी बंगाल पब्लिक ओपिनियन, द ट्रिब्यून आणि न्यू इंडियासाठी काम केले, जिथे त्यांनी त्यांच्या राष्ट्रवादाचा प्रचार केला.त्यांनी अनेक लेख लिहून भारताला चीनमध्ये होत असलेल्या बदलांबद्दल आणि इतर भू-राजकीय परिस्थितींबद्दल चेतावणी दिली. पाल यांनी त्यांच्या एका लेखनात भारतासाठी भविष्यातील धोका कुठून येईल याचे वर्णन करताना "आमचा खरा धोका" या शीर्षकाखाली लिहिले.

12
महादेव गोविंद रानडे

महादेव गोविंद रानडे

Social Reformers

Scan for Story Videos - www.itibook.com

राव बहादूर महादेव गोविंद रानडे (18 जानेवारी 1842 - 16 जानेवारी 1901), ज्यांना न्यायमूर्ती रानडे म्हणून ओळखले जाते, ते भारतीय विद्वान, समाजसुधारक, न्यायाधीश आणि लेखक होते. ते भारतीय राष्ट्रीय काँग्रेस पक्षाच्या संस्थापक सदस्यांपैकी एक होते आणि त्यांच्याकडे मुंबई विधान परिषदेचे सदस्य, केंद्रातील वित्त समितीचे सदस्य आणि मुंबई उच्च न्यायालयाचे न्यायाधीश अशी अनेक पदे होती.

एक सुप्रसिद्ध सार्वजनिक व्यक्तिमत्व म्हणून, एक शांत आणि धैर्यवान आशावादी म्हणून त्यांच्या व्यक्तिमत्त्वाने ब्रिटनशी व्यवहार तसेच भारतातील सुधारणांबद्दलच्या त्यांच्या वृत्तीवर प्रभाव पाडला. त्यांच्या जीवनात त्यांनी वक्तृत्वोत्तेजक सभा, पूना सार्वजनिक सभा, महाराष्ट्र ग्रंथोत्तेजक सभा आणि प्रार्थना समाज स्थापन करण्यास मदत केली आणि सामाजिक आणि धार्मिक सुधारणांच्या त्यांच्या विचारसरणीवर आधारित बॉम्बे अँग्लो-मराठी दैनिक पेपर इंदुप्रकाश संपादित केला.

महादेव गोविंद रानडे यांचा जन्म नाशिक जिल्ह्यातील निफाड या तालुक्याच्या गावी चित्पावन ब्राह्मण कुटुंबात झाला. ते कोल्हापुरातील मराठी शाळेत शिकले आणि नंतर ते इंग्रजी माध्यमाच्या शाळेत गेले. वयाच्या 14 व्या वर्षी त्यांनी एल्फिन्स्टन कॉलेज, बॉम्बे येथे शिक्षण घेतले. ते बॉम्बे विद्यापीठातील विद्यार्थ्यांच्या पहिल्या तुकडीचे होते. 1862 मध्ये, त्यांनी इतिहास आणि अर्थशास्त्रात बी.ए.ची पदवी प्राप्त केली आणि 1864 मध्ये इतिहासात एम.ए. तीन वर्षांनंतर, त्यांनी 1867 मध्ये एलएलबी प्राप्त केले. उद्धरण आवश्यक

न्यायाधीश

1866 मध्ये कायद्याची पदवी (LLB) प्राप्त केल्यानंतर, रानडे 1871 मध्ये पुण्यात गौण न्यायाधीश बनले. त्यांच्या राजकीय हालचाली पाहता, ब्रिटिश वसाहती अधिकाऱ्यांनी त्यांची मुंबई उच्च न्यायालयात पदोन्नती 1895 पर्यंत लांबवली.

सामाजिक सक्रियता

रानडे हे एक सामाजिक कार्यकर्ते होते ज्यांच्या क्रियाकलापांवर पाश्चात्य संस्कृती आणि वसाहतवादी राज्याचा खोलवर प्रभाव होता. त्यांचे कार्य धार्मिक सुधारणांपासून ते सार्वजनिक शिक्षणापर्यंत भारतीय कुटुंबातील सुधारणांपर्यंत होते आणि प्रत्येक क्षेत्रात त्यांना भारतीय प्रथा आणि परंपरेत थोडेसे सद्गुण दिसले आणि या विषयाला प्रचलित असलेल्या साच्यात पुनर्निर्मित करण्याचा प्रयत्न केला. पश्चिम त्यांनी स्वतः भारतीय सामाजिक सुधारणा चळवळीचे "मानवीकरण, समानीकरण आणि अध्यात्मिकीकरण" या उद्देशाचा सारांश दिला, याचा अर्थ असा आहे की विद्यमान भारतीय समाजात या गुणांची कमतरता आहे.

प्रार्थना समाज

हा विभाग कोणताही स्त्रोत उद्धृत करत नाही. कृपया विश्वसनीय स्त्रोतांमध्ये उद्धरणे जोडून हा विभाग सुधारण्यास मदत करा. स्रोत नसलेल्या सामग्रीला आव्हान दिले जाऊ शकते आणि काढून टाकले जाऊ शकते. (मार्च 2022) (हा टेम्प्लेट संदेश कसा आणि केव्हा काढायचा ते जाणून घ्या)

भारतीय समाजाचे "अध्यात्मीकरण" करण्याचे त्यांचे प्रयत्न त्यांच्या वाचनावरून दिसून आले की हिंदू धर्माने 'अध्यात्मवाद' म्हणण्यापेक्षा धार्मिक विधींवर आणि कौटुंबिक आणि सामाजिक कर्तव्ये पार पाडण्यावर जास्त जोर दिला. त्यांनी ब्रिटीशांच्या सुधारित ख्रिश्चन धर्माला अध्यात्मावर अधिक लक्ष केंद्रित केले म्हणून पाहिले. हिंदू धर्माला सुधारित प्रोटेस्टंट चर्चशी अधिक समान बनवण्याच्या दिशेने, त्यांनी प्रार्थना समाजाच्या क्रियाकलापांची सह-स्थापना केली आणि चॅम्पियन बनवला, एक धार्मिक समाज, ज्याने हिंदू धर्माच्या भक्ती पैलूचे समर्थन करताना, अनेक महत्त्वपूर्ण हिंदू सामाजिक संरचना आणि चालीरीतींचा निषेध आणि निषेध केला, ब्राह्मण पाळकांसह.

स्त्री मुक्ती

भारतीय समाजाचे "मानवीकरण आणि समानीकरण" करण्याच्या त्यांच्या प्रयत्नांना स्त्रियांवर मुख्य लक्ष केंद्रित केले गेले. त्यांनी 'पर्दा पद्धती' (स्त्रियांना पडद्याआड ठेवणे) विरोधात प्रचार केला. ते सोशल कॉन्फरन्स चळवळीचे संस्थापक होते, ज्याला त्यांनी त्यांच्या मृत्यूपर्यंत पाठिंबा दिला, बालविवाह, ब्राह्मण विधवांची तडफड, विवाह आणि इतर सामाजिक कार्यक्रमांवर होणारा प्रचंड खर्च आणि जातीय निर्बंध यांच्या विरोधात सामाजिक सुधारणांच्या प्रयत्नांना निर्देशित केले. परदेशात प्रवास करून, त्यांनी विधवा पुनर्विवाह आणि स्त्री शिक्षणाचा जोरदार वकिली केली. 1861 मध्ये, ते किशोरवयात असतानाच, रानडे यांनी 'विधवा विवाह संघ' या संस्थेची सह-स्थापना केली ज्याने हिंदू विधवांसाठी विवाहाला प्रोत्साहन दिले आणि अशा विवाहांना परवानगी देणारा कायदा मंजूर करण्याच्या वसाहती सरकारच्या प्रकल्पासाठी मूळ कंप्रेडर्स म्हणून काम केले, जे हिंदू धर्मात निषिद्ध होते. त्यांनी पंच-हौद मिशन प्रकरणात प्रयासचित्त (धार्मिक तपश्चर्या) घेण्याचा निर्णय घेतला आणि त्यांच्या मतांवर आग्रही न राहता.

मुलींचे शिक्षण

1885 मध्ये, रानडे यांनी वामन आबाजी मोडक आणि इतिहासकार डॉ. आर.जी. भांडारकर यांच्यासमवेत महाराष्ट्रातील सर्वात जुने मुलींचे उच्च माध्यमिक शाळा हुजूरपागा सुरू करण्यासाठी महाराष्ट्र गर्ल्स एज्युकेशन सोसायटीची स्थापना केली.

वैयक्तिक जीवन

या विभागाचा टोन किंवा शैली विकिपीडियावर वापरल्या जाणार्‍या विश्वकोशीय टोनला प्रतिबिंबित करू शकत नाही. सूचनांसाठी अधिक चांगले लेख लिहिण्यासाठी विकिपीडियाचे मार्गदर्शक पहा. (मार्च 2022) (हा टेम्प्लेट संदेश कसा आणि केव्हा काढायचा ते जाणून घ्या)

त्यांच्या पहिल्या पत्नीचे निधन झाले तेव्हा रानडे आधीच 30 च्या दशकात होते. विशेषतः त्याला मूल नसल्यामुळे त्याने पुन्हा लग्न करावे अशी त्याच्या कुटुंबाची इच्छा होती. 1861 मध्ये ‘विधवा विवाह संघ’ या संस्थेची सह-स्थापना करणारे रानडे नक्कीच स्वतःच्या उपदेशानुसार वागतील आणि विधवेशी लग्न करतील, अशी त्यांच्या सुधारणावादी मित्रांची अपेक्षा होती. हे घडले नाही. रानडे यांनी आपल्या कुटुंबाच्या इच्छेला मान देऊन रमाबाई या अवघ्या अकरा वर्षांच्या आणि त्यांच्यापेक्षा पूर्णतः वीस वर्षांनी लहान असलेल्या रमाबाईशी लग्न केले. खरंच, रमाबाईंचा जन्म १८६२ मध्ये झाला, रानडे यांनी १८६१ मध्ये त्यांची ‘विधवा विवाह संघटना’ स्थापन केल्यानंतर सुमारे एक वर्षानंतर. रानडे यांनी जे केले ते केले कारण त्यांना त्यांच्या समाजातील वास्तव माहीत होतेः त्यांना हे माहीत होते की जर त्यांनी आधीच विवाहित स्त्रीशी लग्न केले तर तिच्या पोटी जन्मलेल्या मुलांना त्याच्या समाजाकडून बेकायदेशीरपणे बहिष्कृत केले जाईल. या संपूर्ण प्रकरणाची खरोखरच मार्मिक गोष्ट अशी आहे की, इतके उपहास आणि दांभिकतेच्या अनेक आरोपांना तोंड दिल्यानंतर, रानडे यांना आशीर्वाद मिळण्याची इच्छा झाली नाहीः त्यांचे दुसरे लग्न देखील निपुत्रिक राहिले.

कोणत्याही परिस्थितीत, लग्न परंपरेचे पूर्ण पालन करून झाले आणि विवाह निश्चितच आनंदी होता. रमाबाई या कुर्लेकर कुटुंबातील कन्या होत्या, ज्या रानडे यांच्यासारख्याच जाती आणि सामाजिक

स्तरातील होत्या. 15 या जोडप्याचे पूर्णपणे सामंजस्यपूर्ण आणि पारंपारिक विवाह होते. रानडे यांनी त्यांच्या पत्नीला उच्च शिक्षण मिळावे याची खात्री केली, ज्याबद्दल ती स्वतःही सुरुवातीला उत्सुक नव्हती. तथापि, त्या काळातील सर्व भारतीय स्त्रियांप्रमाणे, तिने आपल्या पतीच्या इच्छेचे पालन केले आणि तिच्या नवीन जीवनात वाढ झाली. रानडे यांच्या मृत्यूनंतरही रमाबाई रानडे यांनी सुरू केलेले सामाजिक व शैक्षणिक सुधारणेचे कार्य सुरूच ठेवले.

प्रकाशित कामे

रानडे, महादेव गोविंद (1900). मराठा शक्तीचा उदय. मुंबई: पुनाळेकर अँड कंपनी OL 24128770M.; 1999 मध्ये ISBN 81-7117-181-8 म्हणून पुनर्मुद्रित

रानडे, महादेव गोविंद (1990). बिपन चंद्र (सं.). रानडे यांचे अर्थशास्त्रीय लेखन. नवी दिल्ली : ज्ञान बुक्स प्रा. लि. ISBN 81-212-0328-7. OL 364195W..

रानडे, महादेव गोविंद (१८९९). भारतीय अर्थशास्त्रावरील निबंध. बॉम्बे: ठाकर अँड कंपनी. OL 11994445W.

रानडे, महादेव गोविंद (1900). पेशव्यांच्या डायरीची ओळख: रॉयल एशियाटिक सोसायटीच्या बॉम्बे शाखेच्या आधी वाचलेला एक पेपर. पूनाः सिव्हिल मिलिटरी अनाथालय प्रेस. OL 14015196M.; CHIZINE PUBN द्वारे ISBN 9781340345037 म्हणून पुनर्मुद्रित

लोकप्रिय संस्कृतीत

रमाबाई आणि महादेवराव यांच्या जीवनावर आधारित उंच माझा झोका नावाची झी मराठीवरील दूरचित्रवाणी मालिका आणि 'महिला हक्क' कार्यकर्त्या म्हणून त्यांचा विकास यावर आधारित 'उंच माझा झोका' ही मालिका मार्च २०१२ मध्ये प्रसारित झाली. ती त्यांच्या पुस्तकावर आधारित होती. रमाबाई रानडे यांनी आमच्या आयुष्यातिल काही आठवनी असे शीर्षक दिले. पुस्तकात न्यायमूर्ती रानडे यांना महादेव न म्हणता 'माधव' म्हटले आहे. या मालिकेत महादेव गोविंद रानडे यांच्या भूमिकेत विक्रम गायकवाड आणि रमाबाई रानडे यांच्या भूमिकेत स्पृहा जोशी होते.

13

केशुबचंद्र सेन

केशुबचंद्र सेन

Social Reformers

Scan for Story Videos - www.itibook.com

केशब चंद्र सेन (बंगाली: केशब चंद्र सेन देखील शब्दलेखन करतात; 19 नोव्हेंबर 1838 - 8 जानेवारी 1884) एक हिंदू तत्वज्ञ आणि समाजसुधारक होते ज्यांनी ख्रिस्ती धर्मशास्त्राला चौकटीत समाविष्ट करण्याचा प्रयत्न केला. हिंदू विचारांचे. ब्रिटीश भारताच्या बंगाल प्रेसिडेन्सीमध्ये हिंदू जन्मलेले, ते 1857 मध्ये ब्राह्मो समाजाचे सदस्य झाले परंतु 1866 मध्ये त्यांनी स्वतःचा "भारतवर्षीय ब्राह्मो समाज" ची स्थापना केली तर ब्राह्मो समाज देबेंद्रनाथ टागोर यांच्या नेतृत्वाखाली राहिला. (ज्याने 1905 मध्ये मरेपर्यंत ब्राह्मो समाजाचे नेतृत्व केले). 3 1878 मध्ये, त्याच्या मुलीच्या अल्पवयीन बालविवाहानंतर त्याच्या अनुयायांनी त्याचा त्याग केला ज्याने बालविवाहाविरुद्धची त्याची मोहीम पोकळ असल्याचे उघड केले. नंतरच्या आयुष्यात ते रामकृष्णाच्या प्रभावाखाली आले आणि त्यांनी ख्रिश्चन धर्म, वैष्णव भक्ती आणि हिंदू प्रथांनी प्रेरित "नवीन व्यवस्था" ची स्थापना केली.

केशुब चंद्र सेन यांचा जन्म 19 नोव्हेंबर 1838 रोजी कलकत्ता (आता कोलकाता) येथील एका संपन्न बैद्य-ब्राह्मण 5 कुटुंबात झाला. त्यांचे कुटुंब मूळचे हुगळी नदीच्या काठी असलेल्या गरिफा गावातले. त्यांचे

आजोबा रामकमल सेन (१७८३–१८४४) होते, एक सुप्रसिद्ध सती समर्थक हिंदू कार्यकर्ते आणि राम मोहन रॉय यांचे आजीवन विरोधक त्यांचे वडील पेरी मोहन सेन दहा वर्षांचे असताना त्यांचे निधन झाले आणि सेन यांचे पालनपोषण त्यांच्या काकांनी केले. लहानपणी त्यांनी बंगाली पाठशाला प्राथमिक शाळेत शिक्षण घेतले आणि नंतर १८४५ मध्ये हिंदू कॉलेजमध्ये शिक्षण घेतले.

करिअर

1855 मध्ये त्यांनी काम करणाऱ्या पुरुषांच्या मुलांसाठी संध्याकाळच्या शाळेची स्थापना केली, जी 1858 पर्यंत सुरू राहिली. 1855 मध्ये, ते गुडविल बंधुत्वाचे सचिव बनले, एक मेसोनिक लॉज युनिटेरियन रेव्ह. चार्ल्स डॉल आणि एक ख्रिश्चन यांच्याशी संबंधित मिशनरी रेव्ह. जेम्स लॉंग ज्यांनी सेन यांना त्याच वर्षी "ब्रिटिश इंडियन असोसिएशन" स्थापन करण्यास मदत केली. याच सुमारास ते ब्राह्मो समाजाच्या विचारांकडे आकर्षित होऊ लागले.

केशुब सेन यांची 1854 मध्ये एशियाटिक सोसायटीचे सचिव म्हणूनही थोडक्यात नियुक्ती करण्यात आली. त्यानंतर थोड्या काळासाठी सेन हे बँक ऑफ बंगालमध्ये कारकूनही होते, परंतु केवळ साहित्य आणि तत्त्वज्ञानासाठी स्वतःला समर्पित करण्यासाठी त्यांनी आपल्या पदाचा राजीनामा दिला. यावर प्रोफेसर ओमान जे त्यांना चांगले ओळखत होते ते लिहितात, "भावनिक स्वभाव, प्रामाणिक धार्मिकता, तयार भाषणाची देणगी आणि व्यर्थपणाचे मजबूत खमीर, केशुब चंद्र सेन यांना बँकेच्या कारकुनाची शांत, नीरस कर्तव्ये असह्य वाटली आणि खूप लवकरच त्याच्या क्षमतेच्या वापरासाठी अधिक अनुकूल क्षेत्र शोधले." आणि 1859 मध्ये ते औपचारिकपणे ब्राह्मसमाजात सामील झाले.

ब्राह्मो समाज

1857 मध्ये सेन यांनी पुन्हा लिपिकपदाची नोकरी स्वीकारली, यावेळी द्विजेंद्रनाथ टागोरांचे खाजगी सचिव म्हणून ते ब्राह्मोसमाजात सामील झाले. 1859 मध्ये, सेन यांनी स्वतःला ब्राह्मो समाजाच्या संघटनात्मक कार्यासाठी समर्पित केले आणि 1862 मध्ये हेमेंद्रनाथ

टागोर यांच्याकडून त्यांच्या एका उपासना गृहाचे वेतन मंत्रालय (आचार्य) नियुक्त केले गेले.

1858 मध्ये, कुलूटोला येथील आपले घर सोडले आणि टागोर कुटुंबाच्या जोरसांको घरामध्ये आश्रय घेतला जेव्हा कुटुंबाचे कुलपिता त्यावेळेस दूर होते. 1862 मध्ये सेन यांनी अल्बर्ट कॉलेज शोधण्यात मदत केली आणि इंडियन मिरर, कलकत्ता ब्राह्मो समाजाच्या साप्ताहिक जर्नलसाठी लेख लिहिले ज्यात सामाजिक आणि नैतिक विषयांवर वादविवाद केले गेले.

1863 मध्ये त्यांनी ब्रह्म समाज विंडिकेटेड लिहिले. त्यांनी ख्रिश्चन धर्मावर जोरदार टीका केली आणि ब्राह्मोसमाज प्राचीन हिंदू स्रोत आणि वेदांच्या अधिकाराचा वापर करून हिंदू धर्माचे पुनरुज्जीवन करण्याच्या उद्देशाने व्याख्यान आणि उपदेश करत देशाचा प्रवास केला. तथापि, 1865 पर्यंत, सेन यांना खात्री होती की केवळ ख्रिश्चन शिकवण हिंदू समाजात नवीन जीवन आणू शकते.

नोव्हेंबर १८६५ मध्ये त्यांनी ब्राह्मोइझममधील ख्रिश्चन प्रथांबद्दल "संस्थापक देबेंद्रनाथ टागोर यांच्याशी उघड ब्रेक" घेतल्यावर ब्राह्मसमाज सोडला आणि पुढच्या वर्षी (१८६६) एकतावादी धर्मोपदेशक चार्ल्स डॅल यांच्या प्रोत्साहनाने ते भारतवर्षीय या आणखी एका नव्या संघटनेत सामील झाले. ब्राह्मो समाज, त्याचा सचिव म्हणून (अध्यक्ष "देव" आहे). त्यानंतर टागोरांच्या ब्राह्मो समाजाने सेनच्या ख्रिश्चन शिकवणीपासून त्वरेने स्वतःला काढून टाकले आणि सेनच्या मुद्दाम नावाच्या आवृत्तीपासून वेगळे करण्यासाठी आदि ब्राह्मो समाज असे वर्णन करण्यास प्रोत्साहित केले.

ख्रिश्चन धर्म

1866 मध्ये सेन यांनी "येशू ख्रिस्त, युरोप आणि आशिया" या विषयावर एक भाषण दिले, ज्यामध्ये त्यांनी घोषित केले की "भारत हा एकट्या ख्रिस्तासाठी असेल जो आधीच भूमीचा पाठलाग करतो", आणि ज्यामुळे तो ख्रिश्चन धर्म स्वीकारणार असल्याची धारणा निर्माण झाली.

प्रोफेसर ओमान लिहितात "पालक समाजापासून वेगळे झाल्यापासून, केशुबने आपल्या लिखाणातून आणि सार्वजनिक व्याख्यानांद्वारे व्हाईसरॉय सर जॉन लॉरेन्स यांच्या सहानुभूतीची नोंद केली, ज्यांनी मूळ सुधारकांच्या कार्यात खोल रस घेतला, विशेषतः केशबच्या कार्यात. ख्रिस्ताविषयी सार्वजनिकरित्या बोलले गेले जे विश्वासाच्या खुल्या व्यवसायाशिवाय इतर सर्व बाबतीत ख्रिस्ती असल्याचा विश्वास सार्थ ठरवत आहे."

यामुळे त्याचे लक्ष वेधले गेले आणि 1870 मध्ये तो इंग्लंडला गेला जेथे तो सहा महिने राहिला. इंग्लंडमधील रिसेप्शनने त्याची निराशा केली, कारण त्याने मॅक्स म्युलरला लिहिलेल्या पत्रात खूप नंतर नोंदवले आहे.

ब्रिटीश जनतेने हे जाणून घेतले पाहिजे की भारतातील सर्वात प्रगत प्रकारचा हिंदू धर्म ख्रिस्ताच्या ख्रिश्चन धर्माला कसे आत्मसात करण्याचा आणि आत्मसात करण्याचा प्रयत्न करीत आहे आणि तो न्यू डिस्पेंसेशन या नावाखाली, योग आणि नवीन हिंदू धर्माची स्थापना आणि प्रसार कसा करत आहे. भक्ती, आणि एक नवीन ख्रिश्चन धर्म, जो अपोस्टोलिक विश्वास आणि आधुनिक सभ्यता आणि विज्ञान यांचे मिश्रण करतो. हा ख्रिश्चन धर्म आहे. उद्धरण आवश्यक

सार्वभौम प्रेम

1870 मध्ये केशुबने आपल्या चर्चमध्ये "लव्ह फॉर द सार्वभौम" एक नवीन सिद्धांत मांडला. ख्रिश्चन धर्माला एक आदर्श परंपरा मानून ज्यातून भारतीय शिकू शकतात, केशब यांना खात्री पटली की भारतात ब्रिटिशांच्या उपस्थितीने भारतीय लोकांसाठी एक दैवी उद्देश पूर्ण केला. 1870 मध्ये राणीसोबतच्या त्यांच्या ऐतिहासिक भेटीत त्यांनी ब्रिटीश राजवटीबद्दल सकारात्मक दृष्टिकोन व्यक्त केला, ज्यामुळे त्यांना त्यांच्या प्रेक्षकांकडून प्रशंसा मिळाली. भारतीय राष्ट्रवादाच्या विरोधातील या धर्मशास्त्रीय भूमिकेने (तेव्हा हेमेंद्रनाथ टागोर यांच्या "ब्राह्मोसने ब्राह्मो तत्त्वांचे सह-अस्तित्व शासनासह स्वीकारावे, परंतु ब्राह्मो तत्त्वांशी संघर्ष करणाऱ्या सर्व शासनाला विरोध करा" या नवीन सिद्धांताखाली ब्राह्मोसने मांडले होते) केशुबला प्रचंड लक्ष्य बनवले.

घरी टीका. 1868 मध्ये, केशुबने त्याच्या नवीन चर्चची, नवीन डिस्पेंसेशनच्या टॅबरनेकलची पायाभरणी केली.

भारतातील ब्राह्मोसमाजात कलह

1872 मध्ये विशेष विवाह कायदा संमत झाल्यामुळे ब्राह्मोसमध्ये प्रचंड नाराजी निर्माण झाली की सेनने महर्षी देबेंद्रनाथ यांनी संकलित केलेल्या ब्राह्मो धर्माला जन्मतःच खंडित केले आणि टागोरांच्या आदि ब्राह्मो समाजाशी कायमचे जोडले गेले. "भारतातील ब्राह्मोसमाजातील ब्राह्मोसमाज" चा एक शक्तिशाली वर्ग आणि सुधारणावादी विचार केशुबांपेक्षा अधिक प्रगत, विशेषतः स्त्रियांच्या शिक्षण आणि उत्थानावर, आता उघडपणे तक्रार केली की त्यांना ख्रिस्ताप्रमाणे वळण्याशिवाय कोणताही धार्मिक दर्जा नाही. त्यांचा नेता, जो त्यांना घृणास्पद होता किंवा ब्राह्मोधर्माच्या पटलावर अपमानित होता. 1873 मध्ये सेन यांना खालील भाषणाद्वारे या गटाचा तीव्र विरोध करण्यात आला

देवाचा आत्मा भारताला कोठे नेत आहे? ब्राह्मो समाजाच्या दिशेने? मी म्हणतो, नाही. स्वर्ग नाकारणे जे आपल्याला त्याच्या पवित्र चर्चकडे नेत आहे ते आंधळ्या बेवफाईचा युक्तिवाद करेल. भारत स्वर्गाच्या राज्याकडे कूच करत आहे हे नाकारण्याची तुमची हिंमत नाही. पण ब्राह्मो समाज हा देवाचा पवित्र चर्च नाही; स्वर्गाच्या राज्याशी काहीही साम्य नाही म्हणून. खरेच, हा ब्राह्मोसमाज चर्च ऑफ गॉडचे हास्यास्पद व्यंगचित्र आहे.

ऍनेट ऍक्रॉइड आणि स्त्री मुक्ती विवाद

1875 च्या सुमारास सेन, ऍनेट ऍक्रॉइड या प्रख्यात स्त्रीवादी आणि समाजसुधारकाशी एका सार्वजनिक वादात अडकल्या होत्या ज्या ऑक्टोबर 1872 मध्ये भारतात आल्या होत्या. सेन यांच्याशी झालेल्या चर्चेने ऍक्रॉइडला धक्का बसला आणि त्यांना असे वाटले की सेन हे इंग्लंडमधील स्त्री शिक्षणाचे वक्तृत्वकार होते. हिंदुस्थानात मायदेशी परतलेल्या हिंदू अस्पष्टतावादी, स्त्रियांच्या मनातून ज्ञान ठेवण्याचा प्रयत्न करतात. हा वाद स्थानिक प्रेसमध्ये पसरला आणि त्याचा परिणाम बेथून स्कूलवर झाला. सेनचे सहकारी जसे की बिजॉय कृष्ण

गोस्वामी, अघोर नाथ गुप्ता आणि गौर गोविंदा रे हे शैक्षणिक पार्श्वभूमीवर परंपरेने हिंदू असलेले आणि ब्रिटिश भारतातील स्त्रियांच्या शिक्षणाला विरोध करणाऱ्यांमुळे अक्रोयड नाराज होते.

श्री सेन यांचा विद्यापीठीय शिक्षणाविरुद्ध, किंबहुना, स्त्रियांच्या उच्च शिक्षणाच्या विरोधात तीव्र पूर्वग्रह होता. उदाहरणार्थ, गणित, तत्त्वज्ञान आणि विज्ञान असे विषय शिकवण्यावर त्यांचा आक्षेप होता, तर प्रगत पक्ष त्यांच्या मुली आणि बहिणींना सामान्यतः उच्च शिक्षण म्हणून द्यायचे होते . त्यांनी त्यांच्या विद्यापीठीय शिक्षणावर आक्षेप घेतला नाही आणि पुरुष आणि स्त्रिया यांच्यातील शिक्षणाच्या बिंदूमध्ये फारसा फरक करण्याची त्यांची इच्छा नव्हती. अशा दोन टोकाच्या विचारसरणींमध्ये तडजोड होण्याची आशा नव्हती, त्यानुसार कट्टरपंथी पक्षाने त्यांच्या पक्षातील प्रौढ तरुणींच्या शिक्षणासाठी हिंदू महिला विद्यालय नावाची स्वतःची स्वतंत्र महिला विद्यालय सुरू केली. मिसेस अक्रोइड, त्यानंतर मिसेस बेव्हरिज यांच्या नेतृत्वाखाली त्यांनी या शाळेचे काम ज्या यशस्वी पद्धतीने चालवले, त्याबद्दल लोकांच्या नजरा लागल्या आणि सरकारच्या अधिका-यांनी त्यांचे खूप कौतुक केले. या शाळेने अनेक वर्षे उत्कृष्ट कार्य केले आणि नंतर बंगा महिला विद्यालय या नावाने चालवले गेले आणि शेवटी महिलांसाठीच्या बेथून कॉलेजमध्ये विलीन केले गेले, ज्यामध्ये तिने काही प्रतिष्ठित विद्यार्थी दिले.

गूढवाद विवाद

त्यांचा गूढवादाकडे कल वाढला आणि भारतीय तत्त्वज्ञानाच्या आध्यात्मिक शिकवणीकडे त्यांचा अधिक कल होता. कूचबिहारचे महाराजा नृपेंद्र नारायण यांच्याशी त्यांनी आपली मुलगी, उद्धरण आवश्यक सुनीती देवी यांचे लग्न केले; त्याने गूढ नाटकांचे प्रदर्शन पुनरुज्जीवित केले आणि स्वतः एकामध्ये भाग घेतला. या बदलांमुळे त्याचे अनेक अनुयायी दुरावले, ज्यांनी आपला दर्जा सोडला आणि 1878 मध्ये साधरण ब्राह्मो समाजाची स्थापना केली.

"द न्यू डिस्पेंसेशन", "होली स्पिरिट" यांसारख्या नवीन कल्पना आणि वाक्यांशांसह त्यांच्या अनुयायांना पुनरुज्जीवित करण्यासाठी

सेन यांनी जे काही केले. त्यांनी नवीन धर्मांतरितांसाठी तांदूळ आणि पाण्याच्या संस्कारात्मक भोजनाचीही स्थापना केली. त्यांनी अधिक गूढ दृष्टिकोनाने भारतीयांना व्यापक आवाहन करण्याचा प्रयत्न केला. एथनोग्राफर जनरल लिहितातः-

या काळापासून, किंवा त्यापूर्वी, केशुब चंदर सेन यांनी आपल्या धर्माची भावनिक बाजू विकसित करून भारतीयांना व्यापक आवाहन करण्याचा प्रयत्न केलेला दिसतो. आणि तो हळूहळू एका शुद्ध एकतावादी आस्तिकवादातून व्यावहारिकदृष्ट्या हिंदू सर्वधर्मसमभाव आणि योगींच्या गूढवादात परत आला. त्याच वेळी तो स्वतःला एक प्रेरित संदेष्टा मानू लागला आणि त्याने स्वतःला असे घोषित केले.

1873 मध्ये त्यांनी आदेश किंवा विशेष प्रेरणा ही शिकवण पुढे आणली आणि त्यांनी जोरकसपणे घोषित केले की प्रेरणा केवळ शक्य नाही तर या युगातील अनेक धर्माभिमानी आत्म्यांच्या जीवनातील एक सत्य सत्य आहे. पुढील वर्षांमध्ये त्या मूलतः आशियाई आणि विशेषतः भारतीय स्वरूपाच्या धार्मिक भावनांचा लक्षणीय विकास झाला, ज्याला एकांतात आनंदी चिंतनात नैसर्गिक समाधान मिळते. एक आवश्यक परिणाम म्हणून 1876 मध्ये भक्तांचा एक क्रम स्थापित करण्यात आला, ज्याला तीन मुख्य वर्गांमध्ये विभागले गेले, ज्यांना चढत्या क्रमाने शाबक, भक्त आणि योगी असे नाव देण्यात आले. सर्वात खालचा वर्ग, दोन विभागांमध्ये विभागलेला, धार्मिक अभ्यास आणि इतरांचे भले करण्यासह धार्मिक कर्तव्यांच्या व्यावहारिक कामगिरीसाठी समर्पित आहे.

भारतात परतल्यावर त्यांनी इंडियन रिफॉर्म असोसिएशनची स्थापना केली, ज्याचे पाच क्षेत्र होतेः स्वस्त साहित्य, स्त्री सुधारणा, शिक्षण, संयम आणि दान. 1881 आणि 1883 दरम्यान दिलेल्या दोन व्याख्यानांमध्ये त्यांनी आपले नवीनतम सिद्धांत सामायिक केले. ते "ते अद्भुत रहस्य - ट्रिनिटी" आणि "एशियाचा युरोपला संदेश" होते. नंतरचे आशियाचे युरोपीयकरण, तसेच पाश्चात्य सांप्रदायिकतेच्या विरोधात एक वाकबगार याचिका आहे. त्याच्या शेवटच्या आजारपणाच्या मध्यंतरात त्याने द न्यू संहिता किंवा आर्यांचे पवित्र

नियम लिहिले. 8 जानेवारी 1884 रोजी त्यांचे निधन झाले. त्यांच्या हिंदू अंत्यसंस्काराला 2000 हून अधिक लोक उपस्थित होते.

रामकृष्णाचा प्रभाव

1876 मध्ये तत्कालीन अज्ञात रामकृष्ण परमहंस सेनला शोधत आले आणि प्रथम त्यांना साधन कानन येथे भेटले. रामकृष्णाच्या गरीब, खडबडीत, अपारंपरिक बाहयतेने यापूर्वी देबेंद्रनाथ टागोर सारख्या इतर ब्राह्मो सेलिब्रिटींना मागे टाकले होते ज्यांच्याशी रामकृष्णाने संपर्क साधला होता; २३ आणि अगदी सेन यांनीही सुरुवातीला रामकृष्णाच्या गूढवादाबद्दल कोणतीही आत्मीयता दर्शविली नाही आणि ते विरोधी होते. केशुब सेन यांनी अस्सल संताच्या वागणुकीद्वारे ओळखल्या जाणाऱ्या त्यांच्या पद्धतीपेक्षा त्यांच्या शिकवणीने तो रामकृष्णावर कमी जिंकला होता. रामकृष्ण जेव्हा त्यांना भेटले तेव्हा केशुबने ख्रिश्चन धर्म स्वीकारला होता आणि ब्राह्मो समाजापासून वेगळे झाले होते. पूर्वी, केशुबने आपल्या कुटुंबाद्वारे प्रचलित मूर्तिपूजा नाकारली होती, परंतु रामकृष्णाच्या प्रभावाखाली आल्यानंतर त्यांनी पुन्हा हिंदू बहुदेवत्व स्वीकारले आणि "नवीन व्यवस्था" (नव विधान) धार्मिक चळवळीची स्थापना केली, जी रामकृष्णाच्या तत्त्वांवर आधारित होती - "माता म्हणून देवाची पूजा" , "सर्व धर्म सत्य म्हणून". त्यांनी मूर्तिपूजेचा स्वीकार केल्यामुळे त्यांच्या संघटनेत दुफळी निर्माण झाली. त्यांनी अनेक वर्षांच्या कालावधीत न्यू डिस्पेन्सेशन जर्नलमध्ये रामकृष्णाच्या शिकवणींचा प्रचार केला, ज्याने रामकृष्णला व्यापक श्रोत्यांच्या, विशेषतः भद्रलोक आणि भारतात राहणाऱ्या युरोपियन लोकांच्या लक्षात आणून दिले. रामकृष्णांनाही केशुबाबद्दल नितांत आदर होता. रामकृष्णाने त्यांच्या मृत्यूच्या काही काळापूर्वी त्यांच्याबद्दल सांगितले होते की "गुलाबाचे झाड लावायचे आहे कारण माळीला त्याचे सुंदर गुलाब हवे आहेत."

सार्वत्रिक धर्म

सेन यांचा प्राथमिक शोध सार्वत्रिक धर्म किंवा विश्वास-प्रणालीचा होता. सेन यांनी नबो विधान किंवा 'नवीन व्यवस्था' नावाची अध्यात्मवादाची एक समक्रमित शाळा स्थापन केली, ज्याचा त्यांचा

हेतू होता ख्रिश्चन धर्माची आणि पाश्चात्य आध्यात्मिक परंपरेची हिंदू धर्माशी उत्तम तत्त्वे एकत्र करणे. संदर्भ आवश्यक

त्यांच्या विरोधकांना असे वाटले की त्यांनी राममोहन रॉय (जे.एन. फारकहार आणि इतर विद्वानांनी उद्धृत केलेले) ब्राह्मोवादाचे सिद्धांत पूर्णपणे नाकारले आहेत आणि जानेवारी 1881 मध्ये, 23 ऑक्टोबरच्या संडे मिररमध्ये नवीन वितरणाची औपचारिक घोषणा करण्यात आली.

सर्व धर्मात सत्ये सापडली पाहिजेत अशी आमची भूमिका नाही; परंतु जगातील सर्व प्रस्थापित धर्म खरे आहेत. दोन्ही विधानांमध्ये बराच फरक आहे. धर्म आणि प्रकटीकरण यांचा मेळ घालणे, प्रत्येक विशिष्ट नियमाचे सत्य प्रस्थापित करणे आणि या तपशीलांच्या आधारे सामान्य आणि गौरवशाली प्रस्तावाचा सर्वात मोठा आणि व्यापक समावेश स्थापित करणे हे नवीन डिस्पेंसेशनचे गौरवशाली ध्येय आहे.

सेन यांनी हिंदू आणि ख्रिश्चन दोन्ही धर्मातील अनेक समारंभ स्वीकारले, देवाला "माता" असे संबोधले आणि होम यज्ञ आणि 'आरती' समारंभ (दिवे ओवाळणे) ब्रह्म विधीमध्ये स्वीकारले. त्याला दुर्गापूजेत आध्यात्मिक पोषण मिळाले, आणि त्यांनी पारंपारिक हिंदू प्रार्थनांचे प्रतिध्वनी असलेल्या इतर उपासनेच्या प्रकारांसह देवाची 108 नावे असलेले स्तुतीचे स्तोत्र तयार केले.

नबो बिधान शाळेने ब्राह्मोसमाजवाद्यांमध्ये मोठ्या प्रमाणात विरोध निर्माण केला, कारण सेनचे अनुयायी ते देखील ब्राह्मोस आहेत असे प्रतिनिधित्व करतात. राजचंद्र चौधरी आणि पंडित सीतानाथ तत्वभूषण यांच्यासह सिल्हेटच्या (आता बांगलादेशात) आठ ब्राह्मोसांनी १८८० मध्ये पुढील घोषणा जारी केली.

आपण सर्वांनी, प्रत्येक ब्राह्मो आणि ब्राह्मोसमाजाने एकत्र येऊन जगाला हे कळवूया की नवीन व्यवस्था हा ब्राह्मो धर्म नाही: पंथाबद्दल आपल्याला किमान सहानुभूतीही नाही: नवीन व्यवस्था ब्राह्मोत्वाच्या विरुद्ध आहे.

साधरण ब्राह्मोसमाजाच्या या घोषणेचा परिणाम 1881 मध्ये ब्राह्मो कॉन्फरन्स ऑर्गनायझेशनची स्थापना करण्यात आली ज्यामुळे

केशुब सेन आणि त्यांची नबो विधान चळवळ प्रत्येक व्यासपीठावरून उपरोक्त घोषणेच्या दृष्टीने "ब्राह्मोविरोधी" असल्याचे जाहीरपणे निषेध करण्यासाठी आणि उघड करा.

तथापि, राममोहन रॉय यांच्या तत्त्वज्ञानाला नवीन धार्मिक विधी, धार्मिक विधी, संस्कार आणि शिस्त यांच्याद्वारे खऱ्या वैश्विक धर्मात मांडण्याचे काम केशुबांवर सोडण्यात आले होते, ज्यामध्ये केवळ विविध जागतिक धर्मांचे सिद्धांत आणि शिकवणच नव्हे तर त्यांचे धर्मही एकत्र आणण्याचा प्रयत्न केला जात होता. बाह्य वाहने आणि सूत्रे त्यांच्या धार्मिक किंवा अध्यात्मिक जीवनाची वास्तविक वाहने होती, तथापि, त्यांच्या अपूर्णता आणि त्रुटी आणि अंधश्रद्धा आध्यात्मिक शोधण्याच्या प्रक्रियेद्वारे काढून टाकल्या जातात.

त्यांच्या (केशुब चंद्र सेन यांच्या) जीवनाचा पूर्वीचा धर्म कदाचित काहीसा अमूर्त होता. परंतु त्याचा धर्म विकसित स्वरूपात, जसे आपल्याला त्याच्या नवविधानात आढळतो, तो सर्व धर्मांच्या ठोस प्रतीकांनी परिपूर्ण आहे....प्रत्येक हिंदू या सार्वत्रिकतेच्या अंतर्निहित एकतेबद्दल जागरूक आहे. वैष्णवांच्या भक्ती कविता वाचा, शाक्तांच्या आणि इतर पंथांच्या भक्ती कविता वाचा, तुम्हाला या व्यक्तिरेखेत समानता आढळेल. केशुब चंद्र सेन यांचे जीवन आणि कार्य देखील याच सार्वत्रिकतेच्या प्रयत्नांना सूचित करते.... परिणाम समाधानकारक मानले जाऊ शकते किंवा नाही. पण मी निकालांवरून न्याय देण्यास नकार देतो. प्रयत्नाच्या वैभवात मला आनंद होतो. 33 उद्धरण आवश्यक

वैयक्तिक जीवन

केशुब चंद्र सेन यांचा विवाह जगनमोहिनी सेन यांच्याशी झाला होता. या जोडप्याला दहा मुले होती: पाच मुलगे - करुणा चंद्र सेन, निर्मल चंद्र सेन, प्रफुल्ल चंद्र सेन, सरल चंद्र सेन, आणि डॉ. सुब्रतो सेन; आणि पाच मुली - सुनीती देवी (कूचबिहारच्या महाराणी), साबित्री देवी, सुचारू देवी (मयूरभंजच्या महाराणी), मोनिका देवी आणि सुजाता देवी. शास्त्रीय गायिका नयना देवी (1917-1993) आणि अभिनेत्री आणि नृत्यांगना साधना बोस (1914-1973), सरल सेन यांच्या मुली,

त्यांच्या नातवंड होत्या. त्यांचा एक नातू, एरोल चंदर सेन (c.1899–c.1942) हा एक पायनियर भारतीय वैमानिक बनला ज्याने पहिल्या महायुद्धात रॉयल फ्लाइंग कॉर्प्स आणि रॉयल एअर फोर्समध्ये सेवा दिली. त्यांच्या इतर नातवंडांमध्ये प्रसिद्ध क्रिकेटपटू प्रिन्स हितेंद्र नारायण, महाराजा जितेंद्र नारायण, महाराजा राजेंद्र नारायण आणि प्रिन्स व्हिक्टर नित्येंद्र नारायण यांचा समावेश होता. जितेंद्र नारायण यांची मुले महाराणी गायत्री देवी, महाराजा जगदिपेंद्र नारायण, इंद्रजितेंद्र नारायण, इला देवी आणि मेनका देवी ही त्यांची नातवंडं होती.

14
धोंडो केशव कर्वे

धोंडो केशव कर्वे

Social Reformers

धोंडो केशव कर्वे

19व्या आणि 20व्या शतकाच्या सुरुवातीच्या काळात भारत जातिवाद आणि कर्मकांडाच्या गडद पकडीत होता. साहजिकच, जे सामाजिक स्तराच्या खालच्या टोकाला होते त्यांना सर्वात जास्त त्रास सहन करावा लागला आणि त्यांच्यापैकी, स्त्रियांना अधिक त्रास सहन करावा लागला, कारण त्यांना पुरुषांच्या बरोबरीची वागणूक दिली जात नव्हती. विधवांना, विशेषतः, त्यांना एक शाप समजले जात असल्याने त्यांना त्रासदायक काळ होता. बालविवाह मोठ्या प्रमाणावर प्रचलित असल्यामुळे बाल विधवांचे भवितव्य विशेषतः दयनीय होते. अशा महिलांच्या दुर्दशेने प्रभावित होऊन आणि समाजसुधारकांच्या कार्याने प्रेरित होऊन धोंडो केशव कर्वे यांनी त्यांच्या कार्यासाठी आपले जीवन समर्पित करण्याचा निर्णय घेतला. आयुष्यभर, त्यांनी असंख्य संस्था स्थापन केल्या ज्या महिलांना अंधारातून बाहेर काढण्यासाठी समर्पित होत्या. त्यांनी ओळखले की स्त्रियांबद्दल अशा उदासीनतेचे मुख्य कारण म्हणजे ते शिक्षणापासून वंचित आहेत आणि त्यामुळे ही दरी बंद करण्यासाठी त्यांनी काम केले. त्यांच्या चाहत्यांनी आणि हितचिंतकांनी त्यांना अण्णासाहेब म्हणजेच मोठा भाऊ असे प्रेमाने संबोधले हे त्यांच्या

जीवनाची साक्ष आहे. आज जर स्त्रिया आणि विधवांना अधिक सन्मान मिळत असेल, जर स्त्रिया अधिक बाहेरगावी असतील आणि एकेकाळी पुरुषांचा बालेकिल्ला होता त्याला आव्हान देण्याची तयारी करत असतील तर ते सर्व धोंडो केशव कर्वे या एका पुरुषाच्या निस्वार्थ आणि समर्पित सेवेमुळे आहे.

प्रारंभिक जीवन

धोंडो केशव कर्वे, ज्यांना प्रेमाने अण्णासाहेब कर्वे म्हणून ओळखले जाते, त्यांचा जन्म १८५८ मध्ये महाराष्ट्रातील एका निम्न मध्यमवर्गीय चित्पावन ब्राह्मण कुटुंबात केशव बापुण्णा कर्वे यांच्या घरी झाला. त्याने मुंबईतील विल्सन कॉलेजमधून इंटरमिजिएट पूर्ण केले आणि त्याला लोकसेवा परीक्षेत प्रवेश घ्यायचा होता परंतु अधिकाऱ्यांनी तो खूपच तरुण दिसतो असे वाटल्याने त्याला नकार देण्यात आला. त्यामुळे त्यांनी मुंबईतील एल्फिन्स्टन महाविद्यालयात गणिताचे शिक्षण घेतले. १८९१ मध्ये, ते पुण्यातील फर्ग्युसन महाविद्यालयात गणिताचे प्राध्यापक म्हणून रुजू झाले आणि १९१४ पर्यंत तेथे शिकवले. स्त्रीशिक्षण आणि कल्याणासाठी आपले जीवन समर्पित करण्याच्या कर्वेंच्या वाटचालीला प्रख्यात समाजसुधारक पंडिता रमाबाई यांच्या कार्याची प्रेरणा मिळाली. विष्णुशास्त्री आणि पंडित ईश्वरचंद्र विद्यासागर यांच्या कार्यामुळे त्यांना विधवांच्या उन्नतीसाठी कार्य करण्याची प्रेरणा मिळाली, ज्यांना त्या काळात तुच्छतेने पाहिले जात होते आणि त्यांना सामाजिक बहिष्कृत मानले जात होते. हर्बर्ट स्पेन्सरच्या लेखनाचाही त्याच्यावर मोठा प्रभाव असल्याचे त्यांनी मानले.

समाजकार्य

विधवा पुनर्विवाहाला प्रोत्साहन देण्यासाठी कर्वे यांनी १८९३ मध्ये विधवा विवाहोत्तेजक मंडळीची स्थापना केली. विधवा पुनर्विवाहासाठी काम करण्याबरोबरच, विधवांच्या गरजू मुलांना मदत करण्याचे कामही या संस्थेने केले. दोन वर्षांनंतर, संस्थेचे नाव विधावा विवाह प्रतिबंध-निवारक मंडळी (विधवांच्या विवाहातील अडथळे दूर करणारी संस्था) असे ठेवण्यात आले. समाजातील स्त्रियांचा दर्जा उंचावण्याचे त्यांचे

कार्य सुरू ठेवत त्यांनी १८९६ मध्ये पुण्याच्या हिंगणे नावाच्या गावात हिंदू विधवा गृह संघाची स्थापना केली. अशा ठिकाणी संस्था स्थापन करण्याचे कारण म्हणजे ब्राह्मण समाजाने त्यांच्या सुधारणावादी कारवायांना विरोध केला. तोही ब्राह्मण समाजाचा असल्याने त्यांनी त्याला बहिष्कृत केले. आशा गमावून वा नतमस्तक होण्याऐवजी त्यांनी आपला विश्वास पुन्हा दृढ केला आणि त्याच गावात महिलाश्रम स्थापन केला. हा आश्रम केवळ विधवांसाठीच नव्हता तर सर्व महिलांसाठी निवारा आणि शाळा म्हणून काम करत होता, कारण त्या काळात महिलांसाठी शैक्षणिक संस्था फारच कमी होत्या. 1907 मध्ये कर्वे यांनी महिला विद्यालय ही महिला शैक्षणिक संस्था सुरू केली. विधवा होम असोसिएशन आणि महिला विद्यालयासाठी कामगारांना प्रशिक्षण देण्यासाठी त्यांनी पुढील वर्षी निष्काम कर्म मठ (सामाजिक सेवा संस्था) ची स्थापना केली. त्यानंतरच्या काही वर्षांत विधवा गृह संघाची भरभराट होत असताना, तिचे संस्थापक यांच्या सन्मानार्थ महर्षी कर्वे स्त्री शिक्षण संस्था असे नामकरण करण्यात आले.

कर्वे अजूनही फर्ग्युसन कॉलेजमध्ये गणित शिकवत असल्याने ते दररोज हिंगणे गावातून कॉलेजला जात असत. शहरात असताना तो सहानुभूतीदारांकडून देणग्या गोळा करत असे आणि विधवा आणि सर्वसाधारणपणे स्त्रियांच्या दुर्दशेबद्दल जागृतीही करत असे. जपान महिला विद्यापीठाविषयी वाचल्यानंतर कर्वे यांना १९१६ साली पुण्यात भारतातील पहिले महिला विद्यापीठ स्थापन करण्याची प्रेरणा मिळाली. या विद्यापीठाची सुरुवात केवळ पाच विद्यार्थ्यांनी झाली. 1920 मध्ये उद्योगपती आणि परोपकारी सर विठ्ठलदास ठाकरे यांनी 1.5 दशलक्ष रुपये दान केल्यावर विद्यापीठाचा झपाट्याने विस्तार झाला. या विद्यापीठाचे नंतर परोपकारीच्या आईच्या सन्मानार्थ श्रीमती नाथीबाई दामोदर ठाकरे (SNDT) भारतीय महिला विद्यापीठ असे नामकरण करण्यात आले. 1931 मध्ये विद्यापीठाने मुंबईत पहिले महाविद्यालय स्थापन केले. त्यानंतर, 1936 मध्ये हे विद्यापीठ पुण्याहून मुंबईला हलवण्यात आले आणि 1949 मध्ये भारत सरकारने याला वैधानिक विद्यापीठ म्हणून मान्यता दिली. विद्यापीठाची

स्थापना केल्यानंतर, त्यांनी पुढील वर्षी प्राथमिक शाळेतील शिक्षकांसाठी प्रशिक्षण महाविद्यालय आणि मुलींसाठी कन्याशाळा स्थापन केली. खेड्यांमध्ये प्राथमिक शाळांची कमतरता लक्षात घेऊन त्यांनी 1936 मध्ये महाराष्ट्र व्हिलेज प्रायमरी एज्युकेशन सोसायटीची स्थापना केली ज्याचे मुख्य उद्दिष्ट हे होते की ज्या गावात शाळा नाहीत तेथे शाळा सुरू करणे. या एज्युकेशन सोसायटीच्या माध्यमातून त्यांनी मोठ्यांमध्ये वाचनाची सवय वाढवण्याचा प्रयत्न केला. 1944 पर्यंत, त्यांनी आपल्या सहप्राण्यांमध्ये मानवी समानता वाढवण्याच्या दिशेने काम करण्यास सुरुवात केली . या उद्देशाने त्यांनी समता संघ (मानवी समानतेच्या संवर्धनासाठी संघटना) ची स्थापना केली.

जग भ्रमंती

1929 मध्ये, मार्च ते ऑगस्ट या सहा महिन्यांच्या युरोप दौऱ्यावर, कर्वे यांनी इंग्लंडमधील माल्व्हर्न येथे प्राथमिक शिक्षकांच्या परिषदेला हजेरी लावली. लंडनमधील कॅक्सटन हॉल येथे झालेल्या ईस्ट इंडिया असोसिएशनच्या बैठकीतही त्यांनी "भारतातील महिलांचे शिक्षण" या विषयावर व्याख्यान दिले. इंग्लंड नंतर, त्यांनी जिनिव्हाचा दौरा केला आणि एका शैक्षणिक परिषदेत भाग घेतला जिथे त्यांनी "महिलांसाठी उच्च शिक्षणातील भारतीय प्रयोग" या विषयावर भाषण केले. न्यू एज्युकेशन फेलोशिपच्या अंतर्गत स्थापन झालेल्या शिक्षकांच्या आंतरराष्ट्रीय बैठकीलाही ते उपस्थित होते. त्यानंतर ते अमेरिकेच्या दौऱ्यावर रवाना झाले आणि विविध मंचांना भेट दिली आणि भारतातील महिला शिक्षण आणि सामाजिक सुधारणांवर व्याख्यान दिले. त्यानंतर, ते टोकियोला गेले आणि महिला विद्यापीठाला भेट दिली आणि एप्रिल 1930 मध्ये भारतात परतले. तथापि, त्याच वर्षी डिसेंबरमध्ये ते मोम्बासा, केनिया, युगांडा, टांगानिका, झांझिबार, पोर्तुगीज पूर्व आफ्रिका येथे पंधरा महिन्यांच्या दौऱ्यावर आफ्रिकेला रवाना झाले. , आणि दक्षिण आफ्रिका आणि भारतातील स्त्रियांच्या दर्जाच्या उन्नतीसाठी त्यांनी केलेल्या कार्याबद्दल माहिती प्रसारित करणे.

पुरस्कार आणि ओळख

1955 मध्ये, भारत सरकारने कर्वे यांना सामाजिक कार्यातील योगदानाबद्दल पद्मविभूषण आणि 1958 मध्ये भारतरत्न देऊन सन्मानित केले. याशिवाय, बनारस हिंदू विद्यापीठ, पुणे विद्यापीठ, एसएनडीटी विद्यापीठ आणि मुंबई विद्यापीठाने त्यांना अनुक्रमे 1942, 1951, 1954 आणि 1957 मध्ये डॉक्टर ऑफ लेटर्सने सन्मानित केले. त्यांच्या सन्मानार्थ मुंबईतील महर्षी कर्वे रस्त्याला हे नाव देण्यात आले आहे.

वैयक्तिक जीवन

कर्वे चौदा वर्षांचे असताना त्यांच्या पालकांनी त्यांचे लग्न राधाबाई नावाच्या आठ वर्षांच्या मुलीशी केले. बाळंतपणाच्या गुंतागुंतीमुळे 1891 मध्ये वयाच्या सत्तावीसव्या वर्षी तिचे निधन झाले. तथापि, त्यांचा मुलगा रघुनाथ कर्वे वाचला जो पुढे एक प्रसिद्ध समाजसुधारक झाला. 1928 मध्ये कर्वे यांनी 'आत्मवृत्त' नावाचे मराठीत आत्मचरित्रात्मक काम प्रकाशित केले आणि 1936 मध्ये त्यांनी 'पुन्हा वळून पाहणे' या नावाने इंग्रजीत आणखी एक आत्मचरित्रात्मक कार्य प्रकाशित केले. आपल्या पहिल्या पत्नीच्या मृत्यूनंतर, त्याने दोन वर्षांनी दुसरे लग्न केले, गोदुबाई नावाची 23 वर्षांची विधवा. विधवेशी लग्न करण्याची ही कृती त्या काळातील सामाजिक संस्कारांच्या विरोधात होती, ज्यामुळे विधवा पुनर्विवाहाला बंदी होती आणि त्यामुळे त्याला मोठ्या विरोधाला सामोरे जावे लागले. त्यांच्या सुधारणावादी विचारांना त्यांच्या पत्नीने पाठिंबा दिला ज्याने क्रांतिकारी आवेशही प्रदर्शित केला. वयाच्या आठव्या वर्षी ती विधवा झाली होती आणि विसाव्या वर्षी ती पहिली विधवा विद्यार्थिनी बनली होती. त्यांच्या दुसऱ्या पत्नीपासून त्यांना शंकर, दिनकर आणि भास्कर ही तीन मुले होती.

मृत्यू

थोर समाजसुधारक धोंडो केशव कर्वे यांचे ९ नोव्हेंबर १९६२ रोजी वयाच्या १०५ व्या वर्षी निधन झाले.

टाइमलाइन

१८५८: धोंडो केशव कर्वे यांचा जन्म महाराष्ट्रातील रत्नागिरी येथे झाला.

1872: वयाच्या चौदाव्या वर्षी राधाबाईशी विवाह झाला.

1891: त्यांच्या पत्नीचे वयाच्या सत्तावीसव्या वर्षी निधन झाले.

1893: गोदुबाई या विधवासोबत दुसरे लग्न केले.

१८९६: हिंदू विधवा गृह संघाची स्थापना.

1907: महिला विद्यालय नावाच्या शैक्षणिक संस्थेची स्थापना केली.

1916: भारतातील पहिले महिला विद्यापीठ स्थापन केले.

१९२९: सहा महिन्यांच्या युरोप आणि अमेरिकेच्या दौऱ्यावर गेले.

1930: आफ्रिकेच्या पंधरा महिन्यांच्या दौऱ्यावर गेलो.

१९३१: मुंबईत विद्यापीठाने पहिले महाविद्यालय स्थापन केले.

1955: पद्मविभूषणने सन्मानित.

1958: भारतरत्न प्रदान.

1962: वयाच्या 105 व्या वर्षी निधन.

पुरस्कार आणि सन्मान

1942 - बनारस हिंदू विद्यापीठाने डॉक्टर ऑफ लेटर्स (डी. लिट.) प्रदान केले

1951 - डी.लिट. पुणे विद्यापीठातर्फे

१९५४ - डी.लिट. एसएनडीटी विद्यापीठाद्वारे

1955 - भारत सरकारने पद्मविभूषण पुरस्काराने सन्मानित 8

1957 - LL.D. मुंबई विद्यापीठातर्फे

1958 – भारत सरकारने भारतरत्न हा भारताचा सर्वोच्च नागरी पुरस्कार प्रदान केला 8

त्यांच्या सन्मानार्थ, पुण्यातील कर्वेनगरचे नाव त्यांच्या नावावर ठेवण्यात आले आणि मुंबई (बॉम्बे) येथील क्वीन्स रोडचे नाव महर्षी कर्वे रोड असे ठेवण्यात आले.

15
कांशीराम

कांशीराम

Social Reformers

Scan for Story Videos - www.itibook.com

कांशीराम (15 मार्च 1934 - 9 ऑक्टोबर 2006), बहुजन नायक किंवा मन्यावर किंवा साहेब म्हणूनही ओळखले जाते, हे एक भारतीय राजकारणी आणि समाजसुधारक होते ज्यांनी बहुजनांच्या उन्नतीसाठी आणि राजकीय एकत्रीकरणासाठी काम केले, भारतातील जातिव्यवस्थेच्या तळाशी असलेल्या अस्पृश्य गटांसह मागासलेले किंवा खालच्या जातीचे लोक. या उद्देशाने कांशीराम यांनी १९७१ मध्ये दलित शोषित समाज संघर्ष समिती (DS-4), अखिल भारतीय मागास (SC,ST,OBC..) आणि अल्पसंख्याक समुदाय कर्मचारी महासंघ (BAMCEF) आणि बहुजन समाज पक्ष (BSP) ची स्थापना केली. 1984 मध्ये. त्यांनी बसपचे नेतृत्व त्यांच्या आश्रित मायावती यांच्याकडे सोपवले ज्यांनी उत्तर प्रदेशचे मुख्यमंत्री म्हणून चार वेळा काम केले.

कांशीराम यांचा जन्म 15 मार्च 1934 रोजी पंजाब, ब्रिटिश भारतातील रोपर जिल्ह्यात एका रामदासिया कुटुंबात झाला. काही स्त्रोतांचे म्हणणे आहे की त्याचे जन्मस्थान पिर्थीपूर बुंगा हे गाव होते आणि इतर ते खवासपूर गाव होते.

विविध स्थानिक शाळांमधून शिक्षण घेतल्यानंतर, राम यांनी 1956 मध्ये शासकीय महाविद्यालय रोपरमधून बीएससी पदवी प्राप्त केली.

करिअर

कांशीराम यांनी पुण्यातील स्फोटक संशोधन आणि विकास प्रयोगशाळेच्या कार्यालयात अनुसूचित जाती, अनुसूचित जमाती आणि इतर मागास जातींसाठी सरकारच्या आरक्षण कोट्याअंतर्गत प्रवेश घेतला. याच वेळी त्यांना पहिल्यांदा जातीभेदाचा अनुभव आला कसे? आणि 1964 मध्ये ते कार्यकर्ते बनले. जे त्यांचे कौतुक करतात त्यांनी असे निदर्शनास आणून दिले की बी.आर. आंबेडकरांचे एनिहिलेशन ऑफ कास्ट हे पुस्तक वाचून आणि आंबेडकरांच्या जन्मानिमित्त सुट्टी साजरी करू इच्छिणाऱ्या दलित कर्मचाऱ्याविरुद्ध भेदभाव पाहिल्यानंतर त्यांना याची प्रेरणा मिळाली. कांशीराम हे बी.आर. आंबेडकर आणि त्यांच्या तत्वज्ञानाने प्रखरपणे प्रेरित आहेत.

राम यांनी सुरुवातीला रिपब्लिकन पार्टी ऑफ इंडिया (RPI) ला पाठिंबा दिला परंतु भारतीय राष्ट्रीय काँग्रेससोबतच्या सहकार्यामुळे त्यांचा भ्रमनिरास झाला. 1971 मध्ये, त्यांनी अखिल भारतीय SC, ST, OBC आणि अल्पसंख्याक कर्मचारी संघटना स्थापन केली आणि 1978 मध्ये BAMCEF ही संघटना बनली, ज्याचा उद्देश अनुसूचित जाती, अनुसूचित जमाती, इतर मागासवर्गीय आणि अल्पसंख्याकांच्या शिक्षित सदस्यांना आंबेडकरी तत्त्वांचे समर्थन करण्यासाठी प्रवृत्त करणे होते. BAMCEF ही राजकीय किंवा धार्मिक संस्था नव्हती आणि त्यांच्या उद्देशासाठी आंदोलन करण्याचे कोणतेही उद्दिष्ट नव्हते. सूर्यकांत वाघमोरे म्हणतात की ते "तुलनेने समृध्द असलेल्या दलितांमधील वर्ग, मुख्यतः शहरी भागात आणि लहान शहरांमध्ये सरकारी नोकर म्हणून काम करणाऱ्या आणि त्यांच्या अस्पृश्य ओळखीपासून अंशतः दुरावलेल्या वर्गाला" आवाहन करतात.

नंतर, 1981 मध्ये, रामने दलित शोषित समाज संघर्ष समिती (DSSSS, किंवा DS4) नावाने ओळखली जाणारी दुसरी सामाजिक संघटना स्थापन केली. त्यांनी दलित मत बळकट करण्याचा प्रयत्न सुरू केला आणि 1984 मध्ये त्यांनी बहुजन समाज पक्ष (BSP) ची

स्थापना केली. छत्तीसगडमधील जांजगीर-चंपा या जागेवरून त्यांनी 1984 मध्ये पहिली निवडणूक लढवली. बीएसपीला उत्तर प्रदेशात यश मिळाले, सुरुवातीला दलित आणि इतर मागासवर्गीय यांच्यातील फूट कमी करण्यासाठी संघर्ष केला परंतु नंतर मायावतींच्या नेतृत्वाखाली ही दरी भरून काढली.

1982 मध्ये त्यांनी त्यांचे द चमचा एज हे पुस्तक लिहिले, ज्यामध्ये त्यांनी जगजीवन राम आणि रामविलास पासवान यांसारख्या दलित नेत्यांचे वर्णन करण्यासाठी चमचा (स्टूज) हा शब्द वापरला. त्यांनी असा युक्तिवाद केला की दलितांनी इतर पक्षांसोबत काम करून तडजोड करण्यापेक्षा त्यांच्या स्वार्थासाठी राजकीयदृष्ट्या काम केले पाहिजे.

बीएसपी स्थापन केल्यानंतर राम म्हणाले की, पक्ष पहिली निवडणूक हरण्यासाठी, नंतर लक्षात येण्यासाठी आणि तिसरी निवडणूक जिंकण्यासाठी लढेल. 1988 मध्ये त्यांनी भावी पंतप्रधान व्ही.पी. सिंग यांच्या विरोधात अलाहाबादची जागा लढवली आणि प्रभावी कामगिरी केली परंतु जवळपास 70,000 मतांनी त्यांचा पराभव झाला.

त्यांनी 1989 मध्ये पूर्व दिल्ली (लोकसभा मतदारसंघ) (एचकेएल भगत विरुद्ध) आणि अमेठी (लोकसभा मतदारसंघ) (राजीव गांधी विरुद्ध) अयशस्वीपणे निवडणूक लढवली आणि दोन्ही जागांवर तिसऱ्या क्रमांकावर आले. त्यानंतर त्यांनी 11व्या लोकसभेचे (1996-1998) होशियारपूरमधून प्रतिनिधित्व केले, कांशीराम हे उत्तर प्रदेशातील इटावा येथून लोकसभेचे सदस्य म्हणूनही निवडून आले.

1992 मध्ये बाबरी मशीद पाडल्यानंतर, मुलायम सिंह यादव आणि कांशीराम यांनी मागासलेल्या आणि दलित जातींमध्ये एकता निर्माण करून जातीयवादी शक्तींना सत्तेपासून दूर ठेवण्यासाठी हातमिळवणी केली आणि "मिले मुलायम-कांशीराम, हवा में उड गये जय" ही लोकप्रिय घोषणा दिली. श्री राम."निवडणुकीनंतर, यूपीमध्ये मुलायम सिंह यादव यांच्या नेतृत्वाखाली समाजवादी पक्ष आणि बहुजन समाज पक्षाचे युतीचे सरकार स्थापन झाले, जरी काही मतभेद आणि मायावतींच्या महत्त्वाकांक्षेमुळे ही युती जून 1995 मध्ये तुटली, मायावती प्रथम

बनल्या. भाजपच्या समर्थनार्थ उत्तर प्रदेशचे मुख्यमंत्री. 1990 च्या दशकाच्या उत्तरार्धात, राम यांनी भाजपला भारतातील सर्वात भ्रष्ट (महाराष्ट्र) पक्ष आणि भारतीय राष्ट्रीय काँग्रेस INC, समाजवादी पक्ष आणि जनता दल हे तितकेच भ्रष्ट म्हणून वर्णन केले. 2001 मध्ये त्यांनी मायावती यांना त्यांचा उत्तराधिकारी म्हणून घोषित केले.

बौद्ध धर्मात परिवर्तनाचा प्रस्ताव दिला

2002 मध्ये, रामाने 14 ऑक्टोबर 2006 रोजी, आंबेडकरांच्या धर्मांतराच्या 50 व्या वर्धापनदिनानिमित्त बौद्ध धर्म स्वीकारण्याचा आपला इरादा जाहीर केला. त्याच्या ५०,०००,००० समर्थकांचे एकाच वेळी धर्मांतर करण्याचा त्यांचा हेतू होता. या योजनेच्या महत्त्वाचा एक भाग असा होता की रामाच्या अनुयायांमध्ये केवळ अस्पृश्यच नाही तर विविध जातींमधील व्यक्तींचा समावेश आहे, जे बौद्ध धर्माचे समर्थन लक्षणीयरीत्या विस्तृत करू शकतात. तथापि, 9 ऑक्टोबर 2006 रोजी त्यांचे निधन झाले.

मायावती त्यांच्या उत्तराधिकारी म्हणाल्या, "साहेब कांशीराम आणि मी ठरवले होते की जेव्हा आम्हाला केंद्रात "पूर्ण बहुमत" मिळेल तेव्हा आम्ही धर्मांतर करू आणि बौद्ध धर्म स्वीकारू. आम्हाला हे करायचे होते कारण आम्हाला सोबत घेऊन धर्मात फरक करू शकतो. लाखो लोक. जर आम्ही सत्तेशिवाय धर्मांतर केले तर फक्त आम्ही दोघेच धर्मांतर करू. पण जेव्हा तुमच्याकडे सत्ता असेल तेव्हा तुम्ही खऱ्या अर्थाने खळबळ माजवू शकता".

मृत्यू

राम मधुमेही होते. 1994 मध्ये त्यांना हृदयविकाराचा झटका आला, 1995 मध्ये त्यांच्या मेंदूतील धमनी गुठळी झाली आणि 2003 मध्ये पक्षाघाताचा झटका आला. 9 ऑक्टोबर 2006 रोजी वयाच्या 72 व्या वर्षी हृदयविकाराच्या तीव्र झटक्याने नवी दिल्ली येथे त्यांचे निधन झाले. दोन वर्षांहून अधिक काळ तो अक्षरशः अंथरुणाला खिळलेला होता. त्यांच्या इच्छेनुसार, त्यांचे अंत्यसंस्कार बौद्ध परंपरेनुसार करण्यात आले, मायावती यांनी चिता पेटवली. त्यांची अस्थिकलश एका कलशात टाकण्यात आली आणि प्रेरणा स्थळ येथे ठेवण्यात आली, जिथे

अनेकांनी त्यांना आदरांजली वाहिली.

आपल्या शोकसंदेशात भारताचे पंतप्रधान मनमोहन सिंग यांनी राम यांचे वर्णन "आमच्या काळातील महान समाजसुधारकांपैकी एक आहे.. त्यांच्या राजकीय विचारांचा आणि हालचालींचा आपल्या राजकीय उत्क्रांतीवर महत्त्वपूर्ण प्रभाव पडला होता... त्यांना सामाजिक बदलांची मोठी समज होती आणि आपल्या समाजातील विविध वंचित घटकांना एकत्र आणण्यात आणि त्यांचा आवाज ऐकू येईल असे राजकीय व्यासपीठ उपलब्ध करून देण्यात सक्षम झाले." राम यांच्या नेतृत्वाखाली, 1999 च्या फेडरल निवडणुकीत बसपाने 14 संसदीय जागा जिंकल्या.

पुस्तके

1982 मध्ये कांशीराम यांनी द चमचा एज (द एरा ऑफ द स्टुजेस) लिहिले, एक पुस्तक ज्यामध्ये त्यांनी दलित नेत्यांसाठी चमचा (स्टूज) हा शब्द वापरला ज्यांच्याकडे भारतीय राष्ट्रीय काँग्रेस (INC) सारख्या पक्षांसाठी काम करण्याची स्वार्थी कारणे असल्याचा आरोप त्यांनी केला.) आणि भारतीय जनता पार्टी (भाजप). त्यांचे बर्थ ऑफ BAMCEF हे पुस्तकही प्रकाशित झाले. त्यांचे चरित्र, कांशीराम: दलितांचे नेते बद्री नारायण तिवारी यांनी लिहिले होते. त्यांची भाषणे अनुज कुमार यांच्या बहुजन नायक कांशीराम के अविष्मरणीय भाषा, एसएस गौतम आणि ए.आर. अकेला यांनी संकलित केलेले कांशीरामचे लेखन आणि भाषणे आणि १९९७ मध्ये बहुजन समाज पब्लिकेशन्सचे कांशीरामचे संपादकीय या पुस्तकांमध्ये संकलित केले आहेत.

उत्तर प्रदेशमध्ये अनेक सरकारी कार्यक्रम आणि योजना आणि सार्वजनिक संस्थांना कांशीराम यांच्या नावावर ठेवण्यात आले आहे. त्यांचे जन्मस्थान पिर्थीपूर बुंगा साहिब येथे त्यांच्या पुतळ्यासह स्मारक आहे. त्यांच्या स्मरणार्थ लखनौ येथील मन्यावर श्री कांशीराम जी ग्रीन इको गार्डन हे नाव देण्यात आले आहे.

16

छत्रपती शाहू महाराज

छत्रपती शाहू महाराज

Social Reformers

Scan for Story Videos - www.itibook.com

शाहू भोसले (जून २६, इ.स. १८७४ - मे ६, इ.स. १९२२), छत्रपती शाहू महाराज, राजर्षी शाहू महाराज, कोल्हापूरचे शाहू व चौथे शाहू नावाने प्रसिद्ध, हे एक भारतीय समाजसुधारक व कोल्हापूर संस्थानाचे छत्रपती (इ.स. १८८४-१९२२ दरम्यान) होते. ब्रिटिश राजसत्तेच्या काळामध्ये सामान्य जनतेला न्याय मिळवून देण्यासाठी व बहुजन समाजाच्या सामाजिक उन्नतीसाठी या काळात शाहू राजांनी प्रयत्न केले, सामाजिक परिवर्तनाला गती प्राप्त करून दिली, तसेच सनातनी वर्गाच्या विरोधाला न जुमानता दलित (अस्पृश्य) व मागासवर्गीय समाजाच्या विकासासाठी महत्त्वाची भूमिका बजावली. महाराजांना "राजर्षी" ही पदवी कानपूरच्या कुर्मी समाजाने दिली. महाराष्ट्राला तीन प्रमुख समाजसुधारकांचा वैचारिक वारसा लाभला असल्यामुळे या राज्यास "फुले-शाहू-आंबेडकरांचा महाराष्ट्र" असे म्हणतात.

शाहू महाराजांचा जन्म २६ जून इ.स. १८७४ रोजी कागल येथील घाटगे घराण्यात झाला. त्यांचे मूळ नाव यशवंत, त्यांच्या वडिलांचे नाव जयसिंगराव (आप्पासाहेब) तर आईचे नाव राधाबाई होते. कोल्हापूर संस्थानाचे राजे चौथे शिवाजी महाराज यांच्या मृत्यूनंतर त्यांच्या पत्नी

आनंदीबाई यांनी १७ मार्च १८८४ रोजी यशवंतरावांना दत्तक घेतले, व 'शाहू' हे नाव ठेवले. सन १८८९ ते १८९३ या चार वर्षांच्या कालखंडात धारवाड येथे शाहू महाराजांचा शैक्षणिक आणि शारीरिक विकास झाला. शिक्षण चालू असतानाच १ एप्रिल १८९१ रोजी बडोद्याच्या गुणाजीराव खानविलकर यांच्या लक्ष्मीबाई या मुलीशी शाहू विवाहबद्ध झाले. या वेळी त्यांचे वय १७ वर्षांचे होते आणि लक्ष्मीबाई वय १२ वर्षांहून कमी होते. १ २ एप्रिल १८९४ रोजी त्यांचा राज्यारोहण समारंभ झाला. राज्याभिषेक झाल्यानंतर इ.स. १९२२ सालापर्यंत म्हणजे २८ वर्षे ते कोल्हापूर संस्थानाचे राजे होते. मुंबई येथे ६ मे १९२२ रोजी त्यांचे निधन झाले.

कार्य

शाहू महाराजांनी बहुजन समाजात शिक्षणप्रसार करण्यावर विशेष भर दिला. त्यांनी कोल्हापूर संस्थानात प्राथमिक शिक्षण सक्तीचे व मोफत केले. स्त्री शिक्षणाचा प्रसार व्हावा म्हणून त्यांनी राजाज्ञा काढली. अस्पृश्यता नष्ट करण्याच्या दृष्टीने त्यांनी इ.स. १९१९ साली सवर्ण व अस्पृश्यांच्या वेगळ्या शाळा भरवण्याची पद्धत बंद केली. जातिभेद दूर करण्यासाठी त्यांनी आपल्या राज्यात आंतरजातीय विवाहाला मान्यता देणारा कायदा केला. इ.स. १९१७ साली त्यांनी पुनर्विवाहाचा कायदा करून विधवाविवाहाला कायदेशीर मान्यता मिळवून दिली. बहुजन समाजाला राजकीय निर्णयप्रक्रियेत सामावून घेण्यासाठी संदर्भ हवा त्यांनी इ.स. १९१६ साली निपाणी येथे 'डेक्कन रयत असोसिएशन' ही संस्था स्थापली. वेदोक्त मंत्र म्हणण्याच्या अधिकारावरून झालेले वेदोक्त प्रकरण शाहू महाराजांच्याच काळात झाले.

त्यांचे शिक्षण ब्रिटिश अधिकारी फ्रेजर यांच्या हाताखाली झाले. पुढील शिक्षण राजकोटच्या राजकुमार कॉलेज मध्ये व धारवाड येथे झाले. अभ्यास व् शैक्षणिक सहलीद्वारे मिळालेले व्यवहारज्ञान यामुळे शाहूराजे यांचे व्यक्तिमत्त्व विकसित झाले होते. १८९६चा दुष्काळ व नंतर आलेली प्लेगची साथ या काळात त्यांची कसोटी लागली आणि त्याला ते पूर्णपणे उतरले. दुष्काळी कामे, तगाईवाटप, स्वस्त

धान्यदुकाने, निराधार आश्रमाची स्थापना हे कार्य पाहता 'असा राजा होणे नाही' असेच प्रजेला वाटते.

'शाहू छत्रपती स्पिनिंग अँड वीव्हिंग मिल', शाहुपुरी व्यापारपेठ, शेतकऱ्यांची सहकारी संस्था, शेतकी तंत्रज्ञानाच्या संशोधनासाठी 'किंग एडवर्ड ॲग्रिकल्चरल इन्स्टिट्यूट' इत्यादी संस्था कोल्हापुरात स्थापण्यात त्यांचा प्रमुख वाटा होता. राधानगरी धरणाची उभारणी, शेतकऱ्यांना कर्जे उपलब्ध करून देणे अशा उपक्रमांतूनही त्यांनी कृषिविकासाकडे लक्ष पुरवले.

त्यांनी डॉ. बाबासाहेब आंबेडकरांना त्यांच्या शिक्षणासाठी, तसेच मूकनायक वृत्तपत्रासाठीही सहकार्य केले होते. त्यांनी चित्रकार आबालाल रहिमान यांच्यासारख्या कलावंतांना राजाश्रय देऊन प्रोत्साहन दिले. शाहू महाराजांना 'राजर्षी' ही उपाधी कानपूरच्या कुर्मी क्षत्रिय समाजाने दिली.

स्वातंत्र्यापूर्वी कैक वर्षे आधी समता, बंधुता, धर्मनिरपेक्षता, सर्व घटकांना विकासाची समान संधी ही तत्त्वे शाहू महाराजांनी करवीर संस्थानात अमलात आणली. म्हणूनच त्यांचा देशभरात 'महाराजांचे महाराज' असा गौरव होतो. रयत प्रजा व उपेक्षित समाजाला त्यांचे हक्क व न्याय मिळवून देण्याचे कार्य शाहूंनी केले आपल्या संपूर्ण जीवन कार्यामध्ये त्यांनी समाजातील बहुजन समाजाला त्यांचे न्याय व हक्क मिळवून देण्यासाठी आपल्या अधिकाराचा पूर्णपणे वापर केला म्हणूनच ते लोककल्याणकारी राज्यकर्ते ठरले. त्यांच्या कार्याचा गौरव समकालीन लेखकांनी व इतिहासकारांनी केलेला आहे.

महाराजांनी सुमारे २८ वर्षे राज्यकारभार केला. शाहू राजांना बहुजनांच्या शिक्षणाविषयी तळमळ होती. म्हणून कोल्हापूर संस्थानात सक्तीच्या मोफत शिक्षणाचा कायदा केला. तसेच ५०० ते १००० लोकवस्तीच्या गावांमध्ये शाळा काढल्या. जे पालक आपल्या मुलांना शाळेत पाठवणार नाहीत त्या पालकांना प्रतिमहिना १ रू. दंड आकरण्याची कायदेशीर तरतूद केली. त्यांनी प्राथमिक शिक्षण सक्तीचे व मोफत केले. अस्पृश्यांच्या आर्थिक स्थितीत सुधारणा करण्याच्या उद्देशाने शाहू महाराजांनी अस्पृश्यांना स्वावलंबी बनवण्याचे ठरवले.

त्यासाठी अस्पृश्यांना स्वतंत्र व्यवसाय करण्यास प्रोत्साहन दिले, दुकाने हॉटेल्स काढण्यासाठी प्रोत्साहन दिले, तसेच आर्थिक मदत देखील देऊ केली. अस्पृश्यांना शिवण यंत्रे देऊन स्वतंत्र व्यवसाय करण्यास प्रोत्साहन दिले राजवाड्यातील कपडे त्यांच्याकडून शिवून घेण्यास सुरुवात केली गंगाधर कांबळे या व्यक्तीला कोल्हापुरात मध्य वस्तीत चहाचे दुकान काढून दिले अस्पृश्यांना समाजात प्रतिष्ठा प्राप्त व्हावी म्हणून त्यांनी महार पैलवानांना पैलवान चांभार यांना सरदार अभंग यांना पंडित अशा पदव्या दिल्या अस्पृश्य सुशिक्षित तरुणांची तलाठी म्हणून नेमणूक केली.

अस्पृश्यता नष्ट करण्याच्या दृष्टीने त्यांनी सवर्ण व अस्पृश्यांच्या वेगळ्या शाळा भरवण्याची पद्धत १९१९ मध्ये बंद केली. गावच्या पाटलाने कारभार चांगला चालवावा यासाठी शिक्षण देणाऱ्या पाटील शाळा, प्रत्यक्ष व्यावसायिक शिक्षण देणाऱ्या, तंत्रे व कौशल्ये शिकवणाऱ्या शाळा असेही उपक्रम त्यांनी राबवले. छत्रपती शिवाजी महाराजांच्या विचारांचा व कार्याचा वारसा समर्थपणे चालवणारा राजा म्हणून आपली ओळख निर्माण केली. सामाजिक बंधुभाव, समता, दलित व उपेक्षित बांधवांचा उद्धार, शिक्षण, शेती, उद्योगधंदे, कला, क्रिडा व आरोग्य इत्यादी महत्त्वपूर्ण क्षेत्रामध्ये अद्वितीय स्वरूपाचे कार्य केले.

मागासलेल्या लोकांना प्रगतीच्या प्रवाहात आणावयाचे असेल तर त्यांच्यासाठी राखीव जागांची तरतूद केली पाहिजे. हा व्यापक दृष्टिकोन डोळ्यासमोर ठेवून ६ जुलै १९०२ रोजी कोल्हापूर संस्थानात मागास जातींना ५० टक्के जागा राखीव राहतील अशी घोषणा केली व तिची त्वरित अंमलबजावणी करून संबंधत अधिकाऱ्याकडून अहवाल मागविले. शाहूंच्या या निर्णयाला तेंव्हा अनेक उच्चवर्णीय पुढाऱ्यांनी विरोध केला. त्या काळात अस्पृश्य मानल्या गेलेल्या जातीच्या लोकांसाठी नोकरीमध्ये राखीव जागांची तरतूद करून सरकारी नोकऱ्या मिळवून दिल्या. शाळा, दवाखाने, पाणवठे, सार्वजनिक विहिरी, सार्वजनिक इमारती इत्यादी ठिकाणी (तत्कालीन) अस्पृश्यांना समानतेने वागवावे असा आदेश त्यांनी कोल्हापूर संस्थानात काढला.

१९१७ साली त्यांनी पुनर्विवाहाचा कायदा करून विधवाविवाहाला कायदेशीर मान्यता मिळवून दिली. तसेच त्यांनी देवदासी प्रथा बंद करण्यासाठीही कायद्याची निर्मिती केली. बहुजन समाजाला राजकीय निर्णयप्रक्रियेत सामावून घेण्यासाठी त्यांनी इ.स. १९१६ साली निपाणी येथे 'डेक्कन रयत असोसिएशन' ही संस्था स्थापली. संदर्भ हवा

त्याकाळी धर्माच्या नावाखाली देवांना मुले-मुली वाहण्याची विचित्र पद्धत भारतात चालू होती. परंतु राजांनी आपल्या संस्थानात जोगत्या-मुरळी प्रतिबंधक कायदा करून ही पद्धत बंद पाडली. जातिभेदाचे प्रस्थ नष्ट व्हावे म्हणून आपल्या संस्थानात आंतरजातीय व आंतरधर्मीय विवाहास कायदेशर मान्यता दिली. तसा कायदा पारित केला आणि याची प्रत्यक्ष अंमलबजावणी करताना आपल्या चूलत बहीणीचे लग्न धनगर समाजातील यशवंतराव होळकर यांच्याशी लावून दिले. एवढेच नव्हे तर संस्थानात जवळजवळ १०० मराठा-धनगर विवाह घडवून आणले. अशा अनेक कार्याच्या माध्यमातून त्यांनी स्त्रियांना सन्मानाची वागणूक व दर्जा मिळवून दिला.

तत्कालीन परिस्थितीमध्ये जातिव्यवस्थेची शिकार झालेल्या अनेक जमाती त्या काळात चोऱ्या, दरोडे अशा चुकीच्या मार्गांचा अवलंब करत होत्या. सनातनी वर्णव्यवस्थेने त्यांना उपेक्षित ठेवून शिक्षण, सत्ता व संपत्तीचा अधिकार नाकारला, त्यामुळे त्यांचे जीवन नैराश्यमय झाले. त्याचाच परिणाम म्हणून त्यांनी चोऱ्या, दरोड्यांचा मार्ग अवलंबला. त्यामुळे ब्रिटिश सरकारने या जमातीवर गुन्हेगारीचा शिक्का मारला. त्यांना रोज गावकामगाराकडे हजेरी लावावी लागत असे. शाहू राजांना या लोकांविषयी कणव होती. कारण ते खऱ्या अर्थाने वंचितांचे राजे होते. त्यामुळे शाहूंनी हजेरी पद्धत बंद केली. या जाती जमातींच्या लोकांना एकत्रित करून गुन्हेगारीपासून त्यांना परावृत्त केले. त्यांना संस्थानात नोकऱ्या दिल्या. त्यांच्यातून पहारेकरी, रखवालदार, रथाचे सारथी निर्माण केले. त्यांना घरे बांधून दिली. वणवण भटकणाऱ्या लोकांच्या राहण्याची सोय झाली. पोटापाण्याची सोय झाली. त्यामुळे गुन्हेगार म्हणून शिक्का बसलेल्या लोकांना माणूस म्हणून समाजात सन्मानाने वावरता येऊ लागले. संदर्भ हवा

गुन्हेगारांना शासन करणारा सत्ताधीश सर्वत्र पहायला मिळेल. मात्र त्यांना प्रेमाने, मायेने आपलेसे करून समाजात सामाजिक दर्जा देणारा व त्यांच्यात स्वाभिमान निर्माण करणारा राजा विरळाच. वेदोक्त मंत्र म्हणण्याच्या अधिकारावरून झालेला वेदोक्त संघर्ष राजर्षी शाहूंच्याच काळात झाला. हे महाराष्ट्राच्या सामाजिक जीवनातील वादळच होते. या प्रकरणामुळे सत्यशोधक चळवळ आणखी प्रेरित झाली. बहुजन, अस्पृश्य समाजाचा सर्वांगीण विकास साधण्याचे कार्य करताना त्यांनी एका अर्थाने महात्मा फुले यांचीच परंपरा पुढे चालवली. त्यांनी सत्यशोधक चळवळीला प्रत्यक्ष सहकार्य केले. कोल्हापूर संस्थानांमध्ये सत्यशोधक चळवळीचा प्रसार आणि प्रचार करण्याचे ही महत्त्वाची जबाबदारी राजर्षी शाहू महाराजांनी पार पडली त्यांच्या नेतृत्वाखालीच संपूर्ण कोल्हापूर संस्थानांमध्ये सत्यशोधक चळवळ उभी राहिली आणि ती नेटाने पुढे नेण्याची कामगिरी देखील पार पाडली गेली. पुढे या चळवळीचा प्रसार आणि प्रचार करण्याची महत्त्वाची जबाबदारी कर्मवीर भाऊराव पाटील यांनी पार पाडली यासाठी त्यांनी शिक्षणातून बहुजन समाजाचा सर्वांगीण विकास हे सूत्र अंगिकारले. दलित पीडित उपेक्षित समाजाला न्याय मिळवून देण्याचा प्रयत्न केला यामागे खरी प्रेरणा ही राजर्षी शाहू, महात्मा फुले व डॉ. बाबासाहेब आंबेडकर यांची होते. बाबासाहेब आंबेडकरांना माणगावच्या परिषदेमध्ये "दलितांचा नेता" व "भारतीय अग्रणी नेता" म्हणून घोषित केले. यापुढील काळामध्ये बाबासाहेबांनी दलित उपेक्षित समाजाचे नेतृत्व करावं असे आवाहनही महाराजांनी केले. शाहू यांनी सर्व उपेक्षित समाजातील व अस्पृश्य वर्गातील लोकांना आपल्या संस्थानामध्ये आरक्षणाद्वारे नोकऱ्या देण्याचा प्रयत्न केला यादृष्टीने संपूर्ण भारतामध्ये आरक्षणाचे जनक म्हणून त्यांचा गौरव केला जातो. सामाजिक न्यायाची भूमिका घेऊन शाहूराजांनी सामाजिक समतेसाठी प्रयत्न केले.

शाहूंनी कोल्हापूर संस्थानात संगीत, चित्रपट, चित्रकला, लोककला आणि कुस्ती या क्षेत्रांतील कलावंतांना राजाश्रय देऊन त्यांना प्रोत्साहन देण्याचे महत्कार्य केले.

महाराजानी कोल्हापूर, बेळगाव या भागातील स्वातंत्र्यवीराना वेळोवेळी आर्थिक व इतर मदत केली. शाहू महाराज व डॉ. बाबासाहेब आंबेडकर यांचे संबंध चांगले होते. डॉ. बाबासाहेबांनी 'मूकनायक' हे पाक्षिक ३१ जानेवारी १९२०ला प्रथम प्रकाशित केले. परंतु आर्थिक अडचणीमुळे पुढे ते बंद पडले. परंतु हे राजर्षी शाहू महाराजांच्या लक्षात आल्यावर त्यांनी तत्काळ आर्थिक मदत केली. संदर्भ हवा

जातिभेदाविरुद्ध लढा

राजर्षी शाहू महाराजांचे मूळ नाव यशवंतराव होते. त्यांचा जन्म कोल्हापूर जिल्ह्यातील कागल येथील घाटगे घराण्यात झाला. महाराजानी सुमारे २८ वर्षे राज्यकारभार केला. त्यांनी आपल्या राज्यात प्राथमिक शिक्षण सक्तीचे व मोफत केले. स्त्री शिक्षणाचा प्रसार व्हावा म्हणून त्यांनी राजाज्ञा काढली.आंतरजातीय विवाहांचा पुरस्कार केला व त्यासंबंधी कायदा आणला,आपल्या कृतीतूनच संदेश जावा यासाठी आपल्या चुलतबहिणीचा विवाह त्यांनी आंतरजातीय केला,अस्पृश्यता नष्ट करण्याच्या दृष्टीने त्यांनी सवर्ण व अस्पृश्यांच्या वेगळ्या शाळा भरवण्याची दुष्ट पद्धत १९१९ मध्ये बंद केली. गावच्या पाटलाने कारभार चांगला चालवावा यासाठी शिक्षण देणाऱ्या पाटील शाळा, प्रत्यक्ष व्यावसायिक शिक्षण देणाऱ्या, तंत्रे व कौशल्ये शिकवणाऱ्या शाळा, बहुजन विद्यार्थ्यांसाठी वैदिक पाठशाळा, संस्कृत भाषेच्या विकासासाठी संस्कृत शाळा असेही उपक्रम त्यांनी राबवले.

शैक्षणिक कार्य

शाहू महाराजांनी खालील शाळा सुरू केल्या. १. प्राथमिक शाळा २. माध्यमिक शाळा ३. पुरोहित शाळा ४. युवराज/ सरदार शाळा ५. पाटील शाळा ६. उद्योग शाळा ७. संस्कृत शाळा ८. सत्यशोधक शाळा ९. सैनिक शाळा १०. बालवीर शाळा ११. डोंबारी मुलांची शाळा १२. कला शाळा ४

शैक्षणिक वसतिगृहे

शाहू महाराजांनी सुरू केलेली शैक्षणिक वसतिगृहे खालीलप्रमाणे आहेत.

१. व्हिक्टोरिया मराठा बोर्डिंग हाऊस (१९०१) २. दिगंबर जैन बोर्डिंग (१९०१) ३. वीरशैव लिंगायत विद्यार्थी वसतिगृह (१९०६) ४. मुस्लिम

बोर्डिंग (१९०६) ५. मिस क्लार्क होस्टेल (१९०८) ६. दैवज्ञ शिक्षण समाज बोर्डिंग (१९०८) ७. श्री नामदेव बोर्डिंग (१९०८) ८. पांचाळ ब्राह्मण वसतिगृह (१९१२) ९. श्रीमती सरस्वतीबाई गौड सारस्वत ब्राह्मण विद्‌यार्थी वसतिगृह (१९१५) १०. इंडियन ख्रिश्चन होस्टेल (१९१५) ११. कायस्थ प्रभू विद्‌यार्थी वसतिगृह (१९१५) १२. आर्यसमाज गुरुकुल (१९१८) १३. वैश्य बोर्डिंग (१९१८) १४. ढोर चांभार बोर्डिंग (१९१९) १५. शिवाजी वैदिक विद्‌यालय वसतिरगृह (१९२०) १६. श्री प्रिन्स शिवाजी मराठा बोर्डिंग हाऊस (१९२०) १७. इंडियन ख्रिश्चन होस्टेल (१९२१) १८. नाभिक विद्‌यार्थी वसतिगृह (१९२१) १९. सोमवंशीय आर्यक्षत्रिय बोर्डिंग (१९२०) २०. श्री देवांग बोर्डिंग (१९२०) २१. उदाजी मराठा वसतिगृह, नाशिक (१९२०) २२. चौथे शिवाजी महाराज मराठा वसतिगृह, अहमदनगर (१९२०) २३. वंजारी समाज वसतिगृह, नाशिक (१९२०) २४. श्री शाहू छत्रपती बोर्डिंग, नाशिक (१९१९) २५. चोखामेळा वसतिगृह, नागपूर (१९२०) २६. छत्रपती ताराबाई मराठा बोर्डिंग, पुणे (१९२०)

वेदोक्त मंत्र म्हणण्याच्या अधिकारावरून झालेला वेदोक्त संघर्ष राजर्षी शाहूंच्याच काळात झाला. हे महाराष्ट्राच्या सामाजिक जीवनातील वादळच होते. या प्रकरणामुळे सत्यशोधक चळवळ आणखी प्रखर झाली. बहुजन, अस्पृश्य समाजाचा सर्वांगीण विकास साधण्याचे कार्य करताना त्यांनी एका अर्थाने महात्मा फुले यांचीच परंपरा पुढे चालवली. त्यांनी सत्यशोधक चळवळीला प्रत्यक्ष सहकार्य केले.

इतर कार्ये

शाहू छत्रपती स्पिनिंग अँन्ड विव्हिंग मिल’ची स्थापना, शाहुपुरी व्यापारपेठेची स्थापना, गुळाच्या बाजारपेठेची निर्मिती, शेतकऱ्यांच्या सहकारी संस्थांची स्थापना, शेतकऱ्यांना कर्जे उपलब्ध करून देणे असे उपक्रम त्यांनी आपल्या संस्थानात राबविले, कमालीचे यशस्वी केले. शेती, उद्‌योग, सहकार या क्षेत्रांत राजर्षींनी नवनवे प्रयोग केले. शेतीच्या आधुनिकीकरणासाठी त्यांनी संशोधनाला पाठिंबा दिला, नगदी पिके व तंत्रज्ञानाचा वापर वाढण्यासाठी त्यांनी ‘किंग एडवर्ड ॲग्रिकल्चरल इन्स्टिट्यूट’ स्थापन केली. राजांनी त्याकाळी पाण्याचे महत्त्व लक्षात घेऊन भविष्यात रयतेला दुष्काळाला सामोरे जावे लागणार नाही

यासाठी राधानगरी नावाचे धरण बांधले. संदर्भ हवा

कलेला आश्रय

राजर्षी शाहूंनी कोल्हापूर संस्थानात संगीत, चित्रपट, चित्रकला, लोककला आणि कुस्ती या क्षेत्रांतील कलावंतांना राजाश्रय देऊन त्यांना प्रोत्साहन देण्याचे महत्त्वाचे कार्य केले.

स्वातंत्रलढ्यातील योगदान

महाराजांनी कोल्हापूर, बेळगाव या भागातील स्वातंत्र्यवीराना वेळोवेळी आर्थिक व इतर मदत केली. शाहू महाराज व भारतरत्न डॉ. बाबासाहेब आंबेडकर यांचे संबंध सर्वश्रृत आहे. डॉ. बाबासाहेबांनी 'मूकनायक' हे पाक्षिक ३१ जानेवारी १९२०ला प्रथम प्रकाशित केले. परंतु आर्थिक अडचणीमुळे पुढे ते बंद पडले. परंतु हे राजर्षी शाहू महाराजांच्या लक्षात आल्यावर त्यांनी तात्काळ २५०० रुपयांची भरघोस मदत केली.

जन्मतारीख प्रकरण

२००५ पर्यंत महाराष्ट्रासह देशभरात राजर्षी शाहू महाराजांचा जन्म दिनांक २६ जुलै म्हणून प्रचलित होता. मात्र डॉ. बाबासाहेब आंबेडकरांनी १९२० साली महाराजांना लिहिलेल्या एका पत्रात शाहुजन्म २६ जूनला झाल्याचे लिहिले होते. त्यामुळे शाहू महाराज यांची खरी जन्मतारीख निश्चित करण्यासाठी महाराष्ट्र सरकारने २००५ मध्ये इतिहासतज्ज्ञांनी व साहित्यिकांची एक समिती नेमली. संशोधनांती उपलब्ध कागदपत्रांनुसार समितीने १५ जून २००६ रोजी असा निष्कर्ष काढला की छत्रपती शाहू महाराजांची जन्म तारीख २६ जून १८७४ आहे. यामध्ये प्रा. हरी नरके यांनी महत्त्वाची भूमिका बजावली. त्या आधारावर महाराष्ट्र सरकारच्या सामान्य प्रशासन विभागाने २६ जून रोजी छत्रपती शाहू महाराजांची जयंती साजरी करण्याचा निर्णय घेतला आहे. शाहू महाराजांचा वाढदिवस ईद-दिवाळीप्रमाणे साजरा करावा, असे डॉ. बाबासाहेब आंबेडकर यांनी आपल्या पत्रात म्हटले होते.

शाहूंवरील प्रकाशित साहित्य

'छत्रपती शाहू महाराज व डॉ. बाबासाहेब आंबेडकर : समग्र पत्रव्यवहार' (संपादन : डॉ. संभाजी बिरांजे प्रकाशन; विनिमय पब्लिकेशन, विक्रोळी, प. मुंबई; ८३ पृष्ठ)

राजर्षी शाहू छत्रपती : अ सोशली रिव्होल्युशनरी किंग (संपादक : डॉ. जयसिंग पवार आणि डॉ. अरुण साधू)

शाहू महाराजांची चरित्रे लेखक : माधवराव बागल, पी.बी. साळुंखे, धनंजय कीर, कृ.गो. सूर्यवंशी, डॉ. अप्पासाहेब पवार, जयसिंगराव पवार (यांनी २००१ साली एकत्रितपणे लिहिलेल्या चरित्राची २०१३सालची ३री आवृत्ती ही ३ खंडी आणि १२०० पानी आहे.).

बी.ए. लठ्ठे यांनी १९२६मध्ये शाहूंचे इंग्रजीतील पहिले चरित्र लिहिले. त्याचे मराठी भाषांतरही प्रकाशित करण्यात आले.

राजर्षी शाहू छत्रपती (लेखक : प्रा. डॉ. रमेश जाधव; नॅशनल बुक ट्रस्टने हे पुस्तक १८ भारतीय भाषांत प्रकाशित केले आहे.)

राजर्षी शाहू छत्रपती: जीवन व शिक्षणकार्य (लेखक: प्राचार्य रा. तु. भगत)

कोल्हापूरचे शाहू छत्रपति : चरित्र व कार्य (लेखक : एकनाथ केशव घोरपडे)

राजर्षी शाहू छत्रपती (खंड काव्यानुवाद, लक्ष्मीनारायण बोल्ली))

छत्रपती राजर्षी शाहू महाराजांचे चरित्र (तेलुगू, लेखक - लक्ष्मीनारायण बोल्ली))

राजर्षी शाहू महाराज यांची सामाजिक विचारधारा व कार्य (लेखक : रा.ना. चव्हाण)

राजर्षी शाहू कार्य व काळ (लेखक - रा.ना. चव्हाण)

समाज क्रांतिकारक राजर्षी शाहू महाराज- (लेखिका - डॉ. सुवर्णा नाईक-निंबाळकर)

शाहू (लेखक : श्रीराम ग. पचिंद्रे; ही राजर्षी शाहू महाराजांच्या जीवनावरील पहिली आणि एकमेव कादंबरी आहे.)

'प्रत्यंचा: जो लढे दीन के हेत,' (शाहू महाराजांवरील हिंदी कादंबरी; लेखक - संजीव)

लोकराजा राजर्षी शाहू महाराज (लेखक: सुभाष वैरागकर)

चित्रपट व दूरचित्रवाणी मालिका

'लोकराजा राजर्षी शाहू' - दूरचित्रवाणी मालिका

राजर्षी शाहू महाराज व महाराणी ताराराणी यांच्या जीवनावर एक चित्रपट आहे. (निर्माते नितीन देसाई)

पुरस्कार

शाहू महाराजांच्या नावाने अनेक पुरस्कार जाहीर होतात. अशा काही पुरस्कारांची नावे आणि ते मिळालेल्या व्यक्तींची नावे

राजर्षी शाहू छत्रपती मेमोरिअल ट्रस्टच्या वतीने देण्यात येणारा शाहू पुरस्कार ज्येष्ठ समीक्षक आणि सामाजिक कार्यकर्त्या प्रा. पुष्पा भावे यांना (२६ जून २०१८)

कोल्हापूर जिल्हा परिषदेच्या वतीने राजर्षी छत्रपती शाहू जयंतीनिमित्त ६ जिल्हा परिषद सदस्य, ३ पंचायत समिती सदस्य व १५ कर्मचाऱ्यांना राजर्षी शाहू पुरस्कार मिळाला (२६ जून २०१८)

राजर्षी शाहू छत्रपती मेमोरिअल ट्रस्टच्या वतीने देण्यात येणारा शाहू पुरस्कार डॉ. रघुनाथ माशेलकर यांना (२६ जून २०१७)

सन्मान

शाहू महाराजांचा २६ जून हा जन्मदिवस महाराष्ट्रात 'सामाजिक न्याय दिवस' म्हणून पाळला जातो. त्यादिवशी सार्वजनिक कार्यक्रम होतात.

कोल्हापूरच्या राजर्षी शाहू छत्रपती मेमोरियल ट्रस्टतर्फे 'राजर्षी पुरस्कार' रोख एक लाख रुपये आणि सन्मानचिन्ह या स्वरुपात दिला जातो. ११

छत्रपती शाहू महाराज टर्मिनस

शाहू छत्रपती स्पिनिंग अँड वीव्हिंग मिल

शाहू, फुले, आंबेडकर पुरस्कार

शाहू महाराजांबद्दल व्यक्त केलेली मते

"शाहूराजे हे सामाजिक लोकशाहीचे आधारस्तंभ होते." – बाबासाहेब आंबेडकर

CPSIA information can be obtained
at www.ICGtesting.com
Printed in the USA
BVHW070746140623
665884BV00007B/364

9 798888 150061